# உடலெனும் வெளி

பெண்ணும் மொழியும் வெளிப்பாடும்

# உடலெனும் வெளி

---

## பெண்ணும் மொழியும் வெளிப்பாடும்

அம்பை

கிழக்கு

உடலெனும் வெளி: பெண்ணும் மொழியும் வெளிப்பாடும்
Udalenum Veli: Pennum Mozhiyum Velippadum

*Ambai* ©

First Edition: December 2017
144 Pages

ISBN: 978-81-8493-901-9
Kizhakku - 1080

Kizhakku Pathippagam
177/103, First Floor, Ambal's Building, Lloyds Road
Royapettah, Chennai 600 014. Ph: +91-44-4200-9603
Email : support@nhm.in | Website : www.nhm.in

kizhakkupathippagam | kizhakku_nhm

Author's Email: cslakshmi44@gmail.com



Kizhakku Pathippagam is an imprint of New Horizon Media Private Limited

‘பல்லாயிர யோனிகளிலிருந்து வந்தவள் நான் என்று அக்கமகாதேவி கூறும்போது, பல்லாயிரப் பிறவிகளை மட்டுமல்ல பல்லாயிர உடல்களுக்கு அவர் அர்த்த மூட்டுகிறார். யோனி என்பது ஒரு ஜனனத் துளை மட்டுமல்ல, பல்வேறு சரித்திர கால கட்டங்களில் பல அர்த்தங்களைப் பெறும் ஓர் அங்கம். உடலை அதன் விளக்கங்கள், குறுகல்கள், இலக்கணங்கள் இவற்றிலிருந்து வெளியே எடுத்து ஒரு வெளியாக்கி, அதன் மேல் நின்று எழுதும்போது வரும் இலக்கியம் எல்லாவித அடிப்படையையும் மீறியதாக இருக்கும். உடலை ஓர் இயற்கைக் காட்சியாகத் தீட்டி அதை விஸ்தரிப்பதுதான் அதன் லட்சக்கணக்கான அர்த்தங் களையும் அழகுகளையும் மட்டுமல்ல, அவலங் களையும் வெளிக் கொண்டுவரும்.’

- அம்பை

(இந்தப் புத்தகத்தின் ஒரு பகுதியிலிருந்து)

# உள்ளே


முன்னுரை / ... 9

1. மொழியும் கட்டுப்பாடும் ... 13

2. மொழியும், பிம்பங்களும் பிம்ப முறிவுகளும்

முதல் கட்டம் ... 27

இரண்டாம் கட்டம் ... 35

மூன்றாம் கட்டம் ... 49

நான்காம் கட்டம்

புனைகதை ... 54

சுயசரிதை ... 73

கவிதை ... 78

3. பால் தன்மை, பட்டுணர்வு மற்றும் வெளிப்பாட்டு மொழி ... 105

4. பெண் வெளிப்பாடும் மொழியும் கட்டுப்பாடும் கண்டனங்களும் ... 110

5. வெளியாக்கப்படும் உடலும் மொழியாகும் உடலும் ... 123

# முன்னுரை

**பாம்**பின் கால் பாம்பறியும் என்பார்கள். அறிவியல்பூர்வமாக அது உண்மையா என்று தெரியாது. ஆனால் பெண்ணின் எழுத்து குறித்து இன்னொரு பெண்தான் எழுதவேண்டும் என்பது தமிழ் இலக்கிய உலகில் ஒரு நியதியாகவே இருந்துவருகிறது. அது மட்டுமல்ல. இலக்கியச் சரித்திரம் எழுதப்படும்போது அனைத்து ஆண் எழுத்தாளர்களையும் அலசிவிட்டுப் பின்னர் ஒட்ட வைக்கப்படும் வால்தான் பெண் எழுத்து. ஒவ்வொரு தசாப்தமாக ஆண் எழுத்து நோக்கப்பட்டு, பிறகு அவ்வையாரிலிருந்து அரங்கமல்லிகா வரை கால பேதம் இல்லாமல் ஒரே பாராவில் பெண் எழுத்து அடங்கிவிடும். காலம், சரித்திரம் இவை இரண்டும் பெண் உடலைத் தொடுவதில்லை போலும். என்றும் மாறாத எந்தவித பேதமும் இல்லாத காலம்காலமாக ஒரே வகையில் விளக்கப்பட்ட உடல் பெண்ணுடல்.

எழுபதுகளில் பெண் எழுத்து குறித்த ஆராய்ச்சி 1984ல் *The Face Behind the Mask* என்ற புத்தகமாக வெளிவந்த பிறகு இத்தகைய எண்ணங்கள் தொடர்ந்து மனத்தில் எழுந்தவண்ணம் இருந்தன. இது குறித்த ஓரிரு கட்டுரைகள் எழுதும் சந்தர்ப்பங்கள் அவ்வப்போது கிடைத்தன. கருத்தரங்கங்களிலும் இதுபற்றிய விவாதங்களும் உரையாடல்களும் தொடர்ந்தன. ஆனால் எல்லா எண்ணங்களையும் கருத்துகளையும் செம்மைப்படுத்தி ஒரு புத்தகமாக வெளியிடும் எண்ணம் ஏனோ ஏற்படவில்லை. அதை வெளியிட யாரும் முன்வர மாட்டார்கள் என்ற சோர்வு மனத்தைக் கப்பியது ஒரு காரணமாக இருக்கலாம்.

2014ல் ஜூன் மாத இறுதியில் பெங்களூரில் உள்ள கூவேம்பு பாஷா பாரதி பிரதிகாராவிலிருந்து ஒரு கடிதம் வந்தது. பெண்ணியம் மற்றும் இந்திய மொழிப் பண்பாடுகள் குறித்து ஒரு புத்தகம் கொண்டுவர விரும்புவதாகவும் தென்னிந்தியாவின் நான்கு மொழிகளில் பெண்ணியம் எப்படி வெளிப்பட்டிருக்கிறது, அதற்கு எப்படிப்பட்ட எதிர்வினை இருந்தது என்பதை விளக்கும் புத்தகமாக அது இருக்கும் என்று கூறியிருந்தார்கள். தமிழில் பெண் எழுத்து பற்றி எழுதவேண்டும் என்றும் 12 கேள்விகளை விளக்கும் வகையில் கட்டுரை அமையவேண்டும் என்றும் கூறியிருந்தார்கள்.

பெண்ணியம் எப்போது எந்தத் தறுவாயில் அறிமுகப்படுத்தப் பட்டது? பெண்ணியக் கருத்துகள் நம் பண்பாட்டுக்கு வெளியே இருப்பதாக நோக்கப்படுகின்றனவா? பெண்ணியக் கருத்தியல் எவ்வாறு விமர்சிக்கப்படுகிறது? ஒரு மொழிக்குரிய பண்பாட்டில் பெண்ணியம் எவ்வாறு மறுவிளக்கம் பெறுகிறது? விவாதிக்கப் பட்ட முக்கியமான பெண்ணிய எழுத்துகள் யாவை? அடிப்படை வாதிகள் பெண்ணியத்தை எவ்வாறு நோக்கினார்கள்? பெண்ணியம் என்பது நடுத்தர வர்க்க உயர் மட்டக் கருத்தியலாக நோக்கப் படுகிறதா? பெண்ணியத்துக்கு விளிம்பு நிலையினர் வாழ்க்கையில் இடமில்லை, அதனால் விளிம்பு நிலையிலிருந்து வேறுவகை பெண்ணியம் வெளிப்படும் என்ற கருத்து உள்ளதா? கலை மற்றும் இலக்கியம் பெண்ணியத்தை எவ்வாறு எதிர்கொள்கின்றன? கல்விப்புலத்தில் பெண்ணியம் எவ்வாறு இணைக்கப்பட்டுள்ளது? போராளிகளுக்கும் கல்வியாளர்களுக்கும் இடையே பெண்ணியம் குறித்த இழுபறி உள்ளதா? ஒரு மொழியின் செவ்விலக்கியத் திலிருந்து பெண்ணியம் குறித்த சொல்லாடலை மீட்க பிரக்ஞை பூர்வமான முயற்சிகள் நடந்துள்ளனவா?

இவைதாம் கேள்விகள். இந்தக் கேள்விகளுக்கு நேரிடையாகப் பதில் கூறும்படி இல்லாமல் அவற்றை உள்ளடக்கிய ஒரு நீண்ட கட்டுரை எழுத முடியும் என்று தோன்றியது. அதை அவர்கள் கன்னடத்தில் மொழிபெயர்த்து, கன்னடம், தெலுங்கு, தமிழ் மற்றும் மலையாளம் இந்த நான்கு மொழிகளில் பெண் எழுத்து குறித்த புத்தகம் ஒன்றை வெளியிடுவதாகத் திட்டம். கால வரையறை, கட்டுரை அளவு இவை குறித்துப் பேசியபின் எழுத ஆரம்பித்த போது அது நீண்ட கட்டுரையாக இல்லை, ஒரு தனிநூலாக வடிவம் பெறும் அபாயம் உள்ளது தெரிந்தது! கூவேம்பு நிறுவனத்திடம் எழுதிக்கேட்டபோது அதுகுறித்து எந்தத் தடையும் இல்லை என்றார்கள். செப்டம்பர் 2015ல் எழுதி முடித்தபின் கன்னடத்தில்

மொழிபெயர்க்கப்பட்டு, கன்னட எழுத்தாளரான என் தோழி கிரிஜா சாஸ்திரியும் நானுமாக அமர்ந்து கன்னட மொழிபெயர்ப்பைச் செம்மைப்படுத்தியபின் மார்ச் 2016ல் முழுமையான கைப்பிரதி தயாராகி 2016 இறுதியில் வெளிவந்தது.

தமிழ்ப் பிரதியை என்ன செய்வது என்ற கேள்வி எழுந்தவண்ணம் இருந்தது. எழுத்தாள நண்பர்கள் சிலருக்கு அனுப்பியபோது பெண் எழுத்தாளர்களிடமிருந்து பதில் வந்தது - முழுவதும் படிக்க நேரமில்லை, ஆனால் நல்ல முயற்சி என்று. ஆண் எழுத்தாளர் களுக்கு அனுப்பிய பிரதி கிணற்றில் போட்ட கல்! நான் அறிந்த பதிப்பாளர்கள் அனைவரும் ஆண்கள். எல்லோருமே தரமான வற்றைப் பதிப்பித்தாலும் விலைபோக வேண்டும் என்ற நியாயமான எதிர்பார்ப்பும் உள்ளவர்கள். கைப்பிரதியைக் கிடப்பில் போட்டேன்.

பிறகு ஒரு சந்தர்ப்பத்தில் இதைப் பற்றிய பேச்சு எழுந்தபோது கிழக்கு பதிப்பகத்திலிருந்து ஹரன் பிரசன்னா கைப்பிரதியைப் படிக்க விரும்புவதாகக் கூறினார். அவருக்குப் பிடித்திருந்தது; சில ஆண் எழுத்தாளர்களைக் குறிப்பிட்டு அவர்கள் எழுத்து பிடித்திருப்பதைப்போல இதுவும் பிடித்திருக்கிறது, வெளியிட விருப்பம் என்று! ஆணை ஒட்டியேதான் எல்லாம் அமையும் போலும்! ஆனால் ஹரன் பிரசன்னாவுடன் இணைந்து இந்தக் கைப்பிரதியை வடிவாக்கிய அனுபவம் நன்றாக அமைந்தது. அவருக்கு என் நன்றி. கிழக்கு பதிப்பகத்துக்கும் என் நன்றி.

உடல் பற்றிய பிரக்ஞையுடன்தான் பெண் எழுதுகிறாள். பண்பாட்டின் அனைத்துக் கூறுகளும் ஏற்றப்பட்ட உடல் அவளுடையது. அந்த உடலை எவ்வாறு காலமும் சரித்திரமும் தொடுகின்றன, உடலை எப்படி எழுதுகிறாள், எப்படி உடலை ஒரு வெளியாக்குகிறாள் என்பதைக் கூற விழையும் முயற்சிதான் இந்தப் புத்தகம்.

**அம்பை**

*டிசம்பர் 8, 2017*

# 1

# மொழியும் கட்டுப்பாடும்

**ப**ண்பாடும் அதன் மொழியும் தொடர்ந்து பிம்பங்களையும், வெளிகளையும் உருவாக்கிய வண்ணம் இருக்கின்றன. சொற்களுடன் பிம்பங்கள் வருகின்றன. தாமரை என்றவுடன் மனத்தில் குளமும் உருவாகும். சொற்களும் பிம்பங்களும் பெண்களைப் பொருத்தவரை, தமிழ் மொழியில் சில வகைகளில் உபயோகப்படுத்தப்படுகின்றன. திருமணம் என்பது ஆணைப் பொருத்தவரை ஒரு கால்கட்டு; ஆனால் பெண்ணுக்கு அது மூக்கணாங்கயிறு. ஊர்சுற்றியாகவும் முரடனாகவும் அலைபவனுக்குக் கால்கட்டுப் போடவேண்டும் என்பார்கள். ஆனால் மூக்கணாங்கயிறு என்பது ஆக்ரோஷமான காட்டு விலங்குபோல பெண்ணை உருவகப்படுத்துகிறது. அவளை அடக்க உயர்கிறது மூக்கணாங்கயிறு.

'கோபல்ல கிராமம்' புத்தகத்தில் கி.ராஜநாராயணன், திருநெல்வேலியில் உள்ள தெலுங்கு பேசும் ஓர் இனத்தவரிடம் உள்ள அடங்காத காட்டுப் பெண் கதை பற்றிக் கூறுவார். அவள் யாருக்கும் அடங்காமல், தன் போக்கில், காட்டில் சுதந்திரமாக அலைந்துகொண்டிருப்பாள். அழகான, வீரம் நிரம்பிய இளைஞன் ஒருவன் அவள் மூக்கில் வளையம் ஒன்றை மாட்டி அவளை இழுத்து வருவான். அவள் மூக்கில் இடப்பட்ட வளையத்தை அவள் பிறகு நகையாக அணிந்துகொள்வாள். அந்த இனத்தைச் சேர்ந்த எல்லாப் பெண்களுக்கும் அது முக்கியமான நகையாயிற்று. இரண்டு சொல்லாடல்களும் திருமணம் என்ற ஸ்தாபனத்தை அடக்கும்,

கனியவைக்கும் ஒன்றாகப் பார்க்கப்பட்டாலும், பெண் விஷயத்தில் இந்த உருவகத்தை நாம் நோக்கினால் அது பெண்ணை அடக்கும், அதிகாரத்துக்கு உட்படுத்தும், அவளைப் பக்குவப்படுத்தும் முயற்சியாக, செய்முறைகள் தெளிவாக உள்ள செயலாகத் தெரிகிறது. காலைக்கட்டுவது என்பது அடக்கும் வழிகள் தெளிவாக இல்லாமல் அவரவர் போக்குக்கு விடுவதாக இருக்கிறது. மேலும் காலைக்கட்டுவது என்பது கிருஷ்ணனை யசோதை கட்டிவைத்தது போல ஒரு குறும்புக்காரக் குழந்தையைக் கட்டிப்போடும் செல்லமான செயல். மூக்கணாங்கயிறு அப்படி அல்ல. அது வன்முறை கூடிய செயல்.

மனத்தில் உள்ளதை வெளிப்படுத்த பேச்சுமொழியில் பல பரப்பு களைக் கொண்டது தமிழ் மொழி. கோபத்தையும், தாபத்தையும் பல வகைகளில் வெளிப்படுத்த முடியும். வீட்டில் உள்ள பாட்டி களுக்குப் பேரனிடம் கோபம் வந்தால், ‘உன் பெண்டாட்டி வயிற்றில் பெண் பிறக்க!’ என்று சாபமிடுவது சகஜம். பெண் பிறப்பது அவ்வளவு பெரிய சோகம்! பழமொழிகளோ (பெண்ணைச் சிலவற்றுக்குப் போற்றினாலும்) பொதுவாகக் கேலி செய்தும், அவள் அறிவு ஒழுக்கம் இவற்றைக் கேள்விக் குள்ளாக்கியும், அவளுக்கு அறிவுரை கூறியும், சமூகத்தில் அவள் இடம் எது என்பதை தெளிவாகக் கூறுகின்றன. கடமை, வேலை, நியாயமான அவள் செயல்கள் என்று கூறப்படுபவை அவளது இயற்கையான இயல்புகளாகவே கொள்ளப்படுகின்றன. ஆழாக்கரிசி ஆக்கத் தெரியாதவளும், ஆத்தா செத்தால் அழாதவளும் உண்டா என்ற ரீதியில் பேசும் பழமொழி ஒன்று உண்டு. வாழ்க்கையின் இரு வேறு விஷயங்கள்-வேலை மற்றும் உணர்வு-இங்கு பெண்ணின் இயல்பாகி விடுகின்றன. பெண்ணின் இயல்பைப் பொருத்தவரை எந்த ஐயமும் இல்லை! அவளுக்குப் பின்புத்தி மட்டுமல்ல, அவள் ஆணுக்கு அறிவுரை கூறத் தகுதி இல்லாதவள். மரம் ஏறும்போது கையை விட்டவனுக்கும் பெண்டாட்டி பேச்சைக் கேட்டவனுக்கும் வீழ்ச்சிதான். பெட்டைக் கோழி கூவி பொழுது விடியாது. ஆண் பிறந்தால் அருமை; பெண் பிறந்தால் எருமை. பெண்ணின் ஒழுக்கம் என்பது இல்லாத ஒன்றாகவே கருதப்படுகிறது. அவிசாரி என்ற சொல்லோடும் அதன் அர்த்தத்தோடும் ஏகப்பட்டப் பழமொழிகள்:

அவிசாரி என்ற பெயரில்லாமல் ஐந்து பிராயம் கழித்தாளாம்.

அவிசாரிக்கு ஆணை இல்லை; திருடிக்குத் தெய்வம் இல்லை.

அவிசாரிக்கும் ஆற்றில் விழுகிறவளுக்கும் காவல் போட முடியுமா?

அவிசாரி கையால் சாப்பிடாதவனும் அரிசிப் புழு தின்னாதவனும் இல்லை.

ஆண் தாட்சண்யப்பட்டால் கடன்; பெண் தாட்சண்யப் பட்டால் விபசாரம்.

இடம் அகப்படாத தோஷம் மெத்தப் பதிவிரதை.

இன்னும் பல இந்த வகையில் உண்டு. குடும்ப வாழ்க்கையில் பெண் மீது வன்முறை என்பதும் அதன் இன்றியமையாத தன்மையாகவே காணப்படுகிறது.

முருங்கையை ஒடிச்சு வளர்; பெண்ணை அடிச்சு வளர்.

தன் பெண்டாட்டியத் தான் அடிக்கத் தலையாரியிடமா சீட்டு வாங்கணும்?

தனக்குன்னு ஒரு பெண்டாட்டி இருந்தா கொஞ்சம் போல அடிக்கலாம்.

அகமுடையான் அடித்த அடியும் அரிவாள் அறுத்த அறுப்பும் வீண் போகா.

அதிர்ந்து வராத புருஷனும் மிதந்து வராத அரிசியும் பிரயோசனம் இல்லை.

இந்த மொழியுடன்தான் ஒரு சிறுமி வளர்கிறாள். பிறந்த வீடு, புகுந்த வீடு என்ற சொற்கள் பெண்ணுக்காகவே உருவாக்கப்பட்டு அவள் வாழ்க்கையுடன் பிணைந்துபோனவை ஆகிவிடுகின்றன.

## ஆண்கள் அறிவுரையும் பெண்கள் வாழ்வும்

வேதநாயகம் பிள்ளையின் சர்வ மத சமரசக் கீர்த்தனைகளுடன் பெண்களுக்கான பல அறிவுரைப் பாடல்களும் பத்தொன்பதாம் நூற்றாண்டின் இறுதியிலிருந்து பல இடங்களில் ஒலித்த பாடல்கள். பெண்கள் எப்படி இருக்க வேண்டும், எப்படிப் பழக வேண்டும் என்ற உபதேசப் பாடல் புத்தகங்களை வெளியிட்டவர் ஏ.பி.நயினா முகம்மது என்ற கடைக்காரர். பலதரப்பட்டப் பொருட்கள் அவர் கடையில் விற்கப்பட்டன. புத்தகங்களின் உட்பக்கத்தில் இப் பொருட்களின் விவரங்கள் உள்ளன. இவர் கடையில் படங்கள், புத்தகங்கள், வாசனைத் திரவியங்கள், நறுமணக் கூந்தல் தைலங்கள், நாடக உடைகள், பல நிற பேனா மைகள் போன்றவை விற்கப் பட்டன. இவற்றுடன், ஆண்மை விருத்திக்கான குளிகைகள்,

லேகியங்கள் மற்றும் பல மருந்துகளும் கடையில் வியாபாரத்துக் காக வைக்கப்பட்டிருந்தன. பெண்களுக்கான உபதேசப் பாடல்கள் அடங்கிய புத்தகங்களும் இந்தப் பல்வகைப் பொருட்களில் ஒன்றா என்ற கேள்வி எழுகிறது. அல்லது அவர் தமிழ்மேல் மிகுந்த நேசம் கொண்டவராக இருந்திருக்கலாம். தமிழ் நேசமும் பெண்களுக்கான அறிவுரை கூறும் மனநிலையும் பல சந்தர்ப்பங்களில் இணைந்தே வருகின்றன. தமிழைக் காப்பது என்பது தமிழ்ப் பண்பாட்டைக் காப்பதாகும். பண்பாட்டைக் காக்க முதலில் தமிழ்ப் பெண்களை வழி பிழறுவதினின்றும் காக்கவேண்டும் என்ற எண்ணம், மொழியுடன் பிணைந்திருக்கும் ஒன்றாகவே இருந்துவருகிறது.

வேதநாயகம் பிள்ளையின் ஒரு பாடலில் ஒரு 'நல்ல' பெண்ணைத் திருமணத்துக்காகத் தேர்வு செய்யப்போகும் நபர் திரும்ப வந்து தான் கண்டு வந்த பெண்ணின் குணநலன்களை விவரிப்பார். அவள் அழகானவள், பணக்காரக் குடும்பப் பெண், படித்தவள், நாகரீக மானவள். அவள் ஒரு பகுத்தறிவுவாதியும் கூட. அதனால் பணம், நகைகள் இவற்றில் ஆசை வைக்காதவள். வீட்டு வேலை அனைத்தையும் செய்யக்கூடியவள். கணவன் வேறு ஒரு பெண்ணை நாடினால் மட்டுமே அவள் கோபம் கொள்வாள். இன்னும் ஒரு தன்மையையும் பாடல் கூறுகிறது. கணவன் நிதமும் அடித்தாலும் அவள் அவனை வணங்குவாள். அவளை அடிப்பதால் அவன் கரம் வலிக்கும் என்பாள். நல்முத்துப்போன்ற பெண் அவள்.

இத்தனை அபூர்வ குணநலன்களைக் கொண்ட இந்த அற்புதப் பெண், பதிவிரதை எனப்படும் பெண்ணின் சற்றே மாற்றியமைக்கப் பட்ட வடிவம்தான். வேதநாயகம் பிள்ளை விவரிக்கும் லட்சியப் பெண் இருபதாம் நூற்றாண்டின் ஆரம்பக் காலத்தில் ஆண்கள் இச்சித்த பெண். அவள் படித்தவள், திறமையுள்ளவள்,ஆனால் அடங்கக் கூடியவள். அடித்தாலும் திட்டினாலும் அவனன்றி வேறு கதி கிடையாது என்று நினைப்பவள். எப்படி காட்டில் இருந்து கொண்டு இடிக்கும் மழைக்கும் அஞ்ச முடியாதோ அப்படி திருமண பந்தத்தில் இருந்துகொண்டு அடிக்கும் திட்டுக்கும் பயப்பட முடியாது என்று நினைப்பவள். கணவன்தான் அவளுக்கு அடையாளம் ஒன்றைத் தருபவன் என்று கருதுபவள். அவன் அவளுக்குச் சோறு போடுபவன். அவள் வாழ்க்கைத் தேவைகளைப் பூர்த்தி செய்பவன்.

மக்கள் பாடல்களிலும் குடும்ப உறவுகளில் உள்ள வன்முறை பல வகைகளில் கூறப்படுகிறது. மக்கள் கலைகளில் மாமியார்-மருமகள்

உறவும் அதில் உள்ள வன்முறையும் தொடர்ந்து கூறப்படுகின்றன. 1934ல் சரஸ்வதி ஸ்டோர்ஸ் கிராமஃபோன் நிறுவனம், மாமியார்-மருமகள் சண்டை ரிகார்டு ஒன்று கொண்டுவந்தது. 1903ல் எஸ்.எம்.நடேச சாஸ்திரி, 'மாமியார் கொலுவிருக்கை' என்ற நாவலை எழுதினார். அது ஒரு பதினெட்டாம் நூற்றாண்டுக் கதை என்றும் அதை அவர் கண்டெடுத்ததாகவும் கூறுகிறார். அது மரபு வழிக்கதைபோல் புனையப்பட்ட ஒரு கதையாக இருக்கலாம். பன்னிரண்டு நிகழ்வுகள் கொண்ட இந்த நாவல், மாமியார் தன் மருமகள்களைத் துன்புறுத்தும் விதங்களைக் கூறுகிறது. கடைசியில் கௌரி என்ற மருமகள் இறந்துபோகிறாள். மாமியார்-மருமகள் உறவு சித்தரிக்கப்படும் விதம், குடும்பத்தில் இதைத் தவிர வேறு உறவுச் சிக்கல்கள் இல்லை என்று நினைக்க வைக்கிறது. பெண்களுக்குள்ளே மட்டும்தான் சிக்கல்கள் இருந்தன; அவற்றைப் பெண்களேதான் தீர்த்துக்கொள்ள வேண்டும் என்ற உணர்வை ஊட்டுகிறது கதை. ஆண்களுக்கு இச்சிக்கல்களை உருவாக்கு வதிலும் தீர்ப்பதிலும் எந்தப் பங்கும் இல்லாதது போன்ற குடும்ப நிலையைக் கதை கூறுகிறது. தன் திருமண வாழ்க்கையில் அபஸ்வரம் தோன்றாமல் இருக்க ஒரு பெண் செய்யக்கூடிய தெல்லாம் பொறுமையைக் கடைப்பிடிப்பதும் மௌனமாக இருப்பதும்தான். பெண்களுக்குத் தரப்பட்ட அறிவுரைகளில் முக்கியமானது மௌனமாக இருத்தல்தான்.

1890ல் 'சுதேசமித்திர'னில் வந்த ஒரு கட்டுரையில், அதிகம் பேசி வாதாடும் பெண்ணுக்கு அவள் தந்தை ஒரு மருந்தைத் தருவார். அவள் கணவன் கோபப்படும்போதெல்லாம் அவள் அதை வாயில் விட்டுக்கொண்டு, வாயை மூடிக்கொள்ள வேண்டும். அவன் கோபம் தீர்ந்தபின்தான் மருந்தை விழுங்கலாம். அதன்பின் அவள் திருமண வாழ்க்கை சரியாகப் போயிற்று. பிறகு அவள் தந்தை கூறுவார், அவர் தந்தது வெறும் தண்ணீர் என்று.

பல ஆண்கள் பெண்களுக்கு உபதேசம் செய்வது தங்கள் பொறுப்பு என்று நினைத்தார்கள். சிறு புத்தகங்களாகவும் பாடல்களாகவும் இவை வெளியிடப்பட்டன. எல்லாவற்றிலும் இருந்த பொது அறிவுரை, பெண்கள் பொறுமையாகவும், பணிவுடனும் மௌன மாகவும் இருக்க வேண்டும் என்பதுதான். தவறாக நடந்து கொண்டால் அனுபவிக்க வேண்டிய தண்டனைகளை அச்சுறுத்தும் வகையில் சில அறிவுரைகள் விவரித்தன.

1930ல் இஸ்லாமிய அன்பர் மீரான் அலி சாஹிப் 'நஸீகத்துனிஸா' என்ற புத்தகம் ஒன்றை வெளியிட்டார். அதில், ஆண்கள்

பெண்களைவிட உயர்ந்தவர்கள் என்றும், பெண்கள் தாங்கள் அடிமைகள் என்பதைத் தெரிந்துகொள்ள வேண்டும் என்றும் மிகத் தெளிவாகக்கூறப்பட்டுள்ளது. வேதநாயகம்பிள்ளை போலவே இந்த ஆசிரியரும், ஆண்கள் பெண்களிடம் கருணையுடன் நடந்து கொள்ள வேண்டும், அவர்களைக் காக்க வேண்டும் என்றாலும், மனைவியை அடிக்கும் ஆணை கடவுள் கூடக் கேள்விகேட்க மாட்டார் என்கிறார். இதற்கு முன் பலர் சமூகக் கட்டுப்பாடுகளை மீறும் பெண்களுக்கான தண்டனைகள் குறித்து எழுதியிருந்தாலும் அலி சாஹிப் விவரிக்கும் தண்டனைகள் இதயத்தைச் சில்லிட வைக்கின்றன. தலையை மூடாமல் இருக்கும் பெண்களின் தலைகளும் மூளையும் தீப்பிடித்ததுபோல எரியும்; கணவனை அவமதிக்கும் நாக்கு இழுக்கப்பட்டு கொதிக்கும் உலோகம்போலச் சூடான நீர் அதன் மேல் ஊற்றப்படும்; கணவனுக்கு எதிராகச் சதி செய்யும் பெண்கள் அவர்கள் முலைகளால் தூக்கப்படுவார்கள்; தொழுகை செய்யும் முன் அனுசரிக்கப்பட வேண்டிய உடல் சுத்தம் செய்யும் முறையைச் செய்யாத பெண்களின் கைகளும் கால்களும் அவர்கள் முடியோடு கட்டப்பட்டு அவர்கள் மேல் தேள்களும் பாம்புகளும் விடப்படும்; பொய் பேசி சண்டை மூட்டிவிடுபவர்கள் பன்றிகளாகவும் கழுதைகளாகவும் மாறுவர்; கள்ளக் காதலன் உள்ளவர்கள் நரகத்தில் நாய்களாக மாறித் தீயில் எரிவார்கள் - இவ்வாறு நீள்கிறது தண்டனைகளின் பட்டியல்.

அன்றாட வாழ்க்கையில் உள்ள உரையாடல்களும் பாடல்களும் கதைகளும் தொடர்ந்து பெண்களைக் கட்டுப்பாட்டில் வைக்கும் மொழியையும் முறைகளையும் உபயோகிப்பது மட்டுமல்ல நாம் இங்கே கவனத்தில் கொள்ள வேண்டியது. நாம் இதில் நோக்க வேண்டியது அவை எவ்வாறு பெண்களின் உடல்களைத் தாக்கப் படுவதற்கும், பயன்படுத்தப்படுவதற்கும் குலைக்கப்படுவதற்கும் மிருகமாக்கப்படுவதற்கும் ஏற்றதாக மாற்றுகின்றன என்பதுதான்.

## பெண் உடலும் புராணப் பெண்களும்

அன்றாட வாழ்க்கையின் அங்கமாக இருப்பவை பண்பாட்டு நினைவில் உறைந்திருக்கும் புராணங்களில் உள்ள பிம்பங்கள். இந்தப் புராணப் பெண்கள் எப்படித் தங்கள் உடலை உணர்கிறார்கள் என்பதை நோக்கும்போது பெண் உடலைப் பண்பாடு எவ்வளவு கனக்க வைத்திருக்கிறது என்பதும், பெண்கள் தங்கள் உடல் மீதே செலுத்திக்கொண்ட வன்முறையும் தெரியவரும். நற்றிணையில் திருமாவுண்ணி பற்றிய பாடல் ஒன்று இருக்கிறது.

திருமாவுண்ணியை அவள் காதலன் கைவிட்டுவிடுகிறான். அந்தப் பிரிவு அவளை எவ்வளவு பாதிக்கிறது என்பதை அவனுக்குக் காட்ட அவள் ஒரு மரத்தடியே நின்றுகொண்டு தன் முலை ஒன்றை அறுத்துக்கொள்கிறாள்:

எரி மருள் வேங்கைக் கடவுள் காக்கும்
குருகு ஆர் கழனியின் இதணத்து ஆங்கண்
ஏதிலாளன் கவலை கவற்ற
ஒரு முலை அறுத்த திருமா வுண்ணி

நாச்சியார் திருமொழியில் கண்ணன் மேல் கொண்ட காதல் தீயின் தகிப்பைக் கடக்க, அவன் தன் முன் வந்ததும் தன் முலைகளை வேரோடு பறித்து அவன் மார்பில் எறிவேன் என்கிறாள்:

உள்ளே உருகி நைவேனை
உளளோ இலளோ என்னாத
கொள்ளை கொள்ளிக் குறும்பனைக்
கோவர்த்தனனைக் கண்டக்கால்
கொள்ளும் பயன் ஒன்றில்லாத
கொங்கை தன்னைக் கிழங்கோடும்
அள்ளிப் பறித்திட்டு அவன் மார்பில்
எறிந்து என் அழலை தீர்வேனே

சிலப்பதிகாரத்தில் கண்ணகியும் தன் முலை ஒன்றைப் பிய்த்தெடுத்து மதுரையை எரிப்பேன் என்று சூளுரைக்கிறாள். பத்தினிப் பெண்டிரில் ஆதிரையும் குறிப்பிடப்படுகிறாள் மணிமேகலையில். அவள் கணவன் ஆதிரையை விட்டு விலகி கலைத் தொழில் செய்யும் பரத்தையிடம் தன் பணத்தை எல்லாம் இழக்கிறான். பிறகு வாணிபம் செய்ய சில வணிகர்களுடன் கப்பலில் போகிறான். அவன் கப்பல் மூழ்கிவிட்டது என்ற செய்தி வருகிறது. உடனே தீப்பாய்ந்துவிட முடிவு செய்கிறாள். ஆனால் அவள் கணவன் மரிக்கவில்லை. அதனால் தீ அவளை எரிப்பதில்லை. விசாகை தன்னை வேறு வகையில் தண்டித்துக்கொள்கிறாள். குழந்தைப் பருவத்திலிருந்து தர்மதத்தனுடன் வளர்ந்த அவள் அவனை மனதாரக் காதலிக்கிறாள். ஆனால் ஊரில் சிலர் அவள் ரகசியமாக அவனை மணந்துகொண்டிருப்பதாக வம்பு பேச ஆரம்பிக்கின்றனர். தன் நடத்தை பற்றிய இந்த அவதூறைத் தாளாத அவள் உடனே தன் தூய்மையை நிரூபிக்க உலக வாழ்க்கையைத் துறந்து ஒரு மடத்தில் சேர்ந்து காலமெல்லாம் கன்னியாக இருக்கிறாள். விசாகையைப் போலவே இன்னொரு பெண் மருதி. ஆற்றில் குளித்துவிட்டு

வரும்போது அவளைப் பார்த்த இளவரசன் காமுறுகிறான். தான் நடத்தை தவறிவிட்டதாகக் கருதும் அவள், பெண் தெய்வத்தை அணுகி முறையிட, தெய்வம் அவள் கற்புடையவள்தான் ஆனாலும் அவள் பொது இடங்களில் சரியான முறையில் உடை உடுத்த வில்லை, சரியான நூல்களைப் படிக்கவில்லை என்கிறது. தன்னை-தன் உடலை-மற்றவர்கள் கொள்ளும் உணர்ச்சிகளுக்காக, அவர்கள் செயல்களுக்காகப் பழித்துக்கொள்ளும்போது பெண் உடல் வெறும் கிளர்ச்சியூட்டும் கருவியாக மட்டுமே நோக்கப்பட்டு தண்டனைக் குரிய ஒன்றாக மாறிவிடுகிறது. பண்டைய காலப் பெண்களின் வாழ்க்கையை நோக்கும்போது, நேரடியாக உடலையும் உடல் சார்ந்த வெளியையும் எதிர்கொள்ள முடியாமல் உடலை விஞ்சும் மனநிலையை எட்ட அவர்கள் கிட்டத்தட்ட உடலை மிதித்துத் துவைத்து வர வேண்டியிருக்கிறது எனலாம். இதற்குச் சில அற்புதங் களின் உதவியும் தேவைப்படுகிறது அவர்களுக்கு.

கண்ணகி தன் நாட்டில் கற்புடைய பெண்டிர் பற்றிக் கூறுகிறாள். கடல் கடந்து வாணிபம் செய்யச் சென்ற தன் கணவனைக் கரையில் நின்று எதிர்நோக்கும் ஒரு பெண், அப்படிக்காத்திருக்கும்போது யாரும் தன்னைத்தவறான நோக்கோடு பார்க்காமல் இருக்க கல்லாக மாற்றிக்கொள்கிறாள். இன்னொரு பெண் கணவன் தொழில் நிமித்தம் வெளியூர் போனபோது இன்னொரு ஆண் அவளைக் காமக் கண்களுடன் நோக்க அவள் தன் கணவன் திரும்பும் வரை தன் முகத்தை ஒரு குரங்கின் முகமாக்கிக் கொள்கிறாள். பாணரான அவ்வையார் திருமணம் செய்துகொள்ளாத ஒரு பெண்ணாக அங்குமிங்கும் தடையின்றிச் செல்ல, தன் இளமையான உடலை முதுமையானதாக மாற்றிக்கொள்ள வேண்டியிருக்கிறது. அவர் தொடர்ந்து இயங்க அவர் உடலின் இளமையை நீக்க வேண்டியிருக் கிறது. அதற்கு அற்புதம் தேவைப்படுகிறது. சிவ பக்தையான புனிதவதி அம்மையாரோ தெய்விகக் குணம் கொண்டவளாக தன்னைத் தன் கணவன் கருதுவதால் தாம்பத்திய உறவுக்காகத் தன் கணவன் உடல்ரீதியாகத் தன்னை அணுகமாட்டான் என்று தெரிந்தவுடன், கணவனுக்குத் தேவைப்படாத தன் உடலை எலும்புக்கூடாக மாற்றிப் பேயுரு கொள்கிறாள். இதற்கும் அற்புதம் தேவைப்படுகிறது.

வெகு எளிதாகப் பெண் உடலைக் களைந்து வீசும் ஒன்றாக மாற்றும் இப்படிப்பட்ட உருமாற்றங்களும் பெண் உடல் மீது திணிக்கப்படும் வன்முறையும் பண்பாட்டு மொழியுடனும் வாழ்க்கை முறையுடனும் பிணைந்துவிடுகின்றன. அற்புதங்கள் சாத்தியமில்லாதபோது சாவு

தேர்வாகிறது. பெண்ணின் வாழ்க்கையில் இறப்பும் குடும்ப அமைப்பும் மிகவும் நெருக்கமாக இணைக்கப்பட்ட ஒன்றாக இருப்பதால் குடும்ப அமைப்புடன், அதன் இயக்கத்துடன் பிணைந்த கிணறு, மண்ணெணெய் போன்ற எந்தப் பொருளும் சாவின் குறியீடுகளாக மாறிவிடுகின்றன. சாவை நாடும் பெண்ணின் பிம்பம் மொழியிலும் நடைமுறை வாழ்க்கையிலும் ஓங்கி நிற்கும் ஒன்று. இருபதுகளில் சிஸ்டர் சுப்புலட்சுமியின் விதவைகள் இல்லத்துக்கான அறிவிப்பு வந்தபோது உடனடியாக எல்லோரும் புரிந்துகொள்ளும் படம் ஒன்று அதனுடன் வெளிவந்தது. அந்தப் படம் கிணற்றின் மேல் அமர்ந்து கிணற்றில் குதித்துத் தற்கொலை செய்து கொள்ள நினைக்கும் ஒரு பெண்ணின் சித்திரம்.

## ஆண்கள் நடத்திய பெண்களுக்கான பத்திரிகைகள்

பெண்களுக்கான உபதேசங்களும், ‘ஆனந்த விகடன்’ போன்ற பிரபல பத்திரிகைகளில் பெண்களுக்கான பத்திகளும் ஒரு புறம் இருக்க, ஆண்கள் ஆசிரியர்களாக இருந்து கொண்டுவந்த பெண்களுக்கான பத்திரிகைகள் பத்தொன்பதாம் நூற்றாண்டின் இறுதியிலேயே வர ஆரம்பித்துவிட்டன. *1891*ல் ‘பெண்மதி போதினி’ தொடங்கப்பட்டது. ஆசிரியர் பெயர் தெரியவில்லை. ஆனால் கட்டுரைகள் அனைத்தும் பெண்களாலேயே எழுதப் பட்டவையாக இருக்கின்றன. அவை ஆண்களின் புனைபெயரா, பெண்களே எழுதினார்களா என்பது தெரியவில்லை. ஆனால் கட்டுரைகளில் உள்ள அறிவுரைகளைப் பார்த்தால் அவை ஆண்களுடையதாகவே படுகின்றன. முதல் இதழில் இத்தகைய பத்திரிகையைக் கொண்டு வருவதற்கான காரணம் பெண்களின் வாழ்க்கையில் அவர்கள் எதைச் செய்யக் கூடாது என்பது பற்றிய அறிவுடன், சீர்திருத்தம், பண்பாடு, சாந்தி, நன்னடத்தை, புத்திசாலித்தனம் இவற்றையும் கொண்டுவந்து அவர்கள் திருமண வாழ்க்கையைச் செவ்வனே நடத்த உதவுவதற்கான முயற்சிதான் என்ற அறிவிப்பு இருக்கிறது. பெண்களுக்குத் தரப்பட்ட நூறு வழிமுறைகளில் பணிவு, அடக்கம், எதிர்த்துப் பேசாதிருத்தல், பொறுமை, கணவனை வணங்குதல் இவையே அதிகமாக வலியுறுத்தப்பட்டிருக்கின்றன.

‘கிருகலட்சுமி’, ‘ஹிதகாரிணி’, ‘தமிழ்மாது’, ‘புதுமைப் பெண்’ போன்ற வேறு பத்திரிகைகளும் இருந்தன. *1905*ல் பாரதியார் ‘சக்ரவர்த்தினி’ பத்திரிகையை ஆரம்பித்தார். பெண் கல்வி, கற்பு போன்ற, அப்போது விவாதிக்கப்பட்ட விஷயங்கள் இப் பத்திரிகை

யிலும் இருந்தன. இசை, உடற்பயிற்சி, தாதித் தொழில் இவை பெண்கள் கற்க வேண்டியவை என்று ஓர் இதழில் வந்த கட்டுரை கூறியது. எழுதியது ஓர் ஆண்தான். கற்பு குறித்த கட்டுரையில் கணவன் சொல் கேட்பதுதான் பெண் தர்மம் என்ற நீதிபோதனை இருந்தது. பெண்கள் ஆண்களை விட அறிவு குறைந்தவர்களா என்ற விவாதத்தில் பங்குகொண்ட பெண் ஒருவர் அறிவு என்பது பயற்சியைப் பொருத்திருக்கிறது என்று மிகச் சரியாகக் கூறினார். அறிவு சார்ந்த விஷயங்களைப் பயிலச் சந்தர்ப்பங்கள் இல்லாததால் தான் பெண்கள் பின்தங்கியிருக்கின்றனர் என்று விளக்கினார் கட்டுரை ஆசிரியர். ஆனால் அடுத்த இதழிலேயே பெண்களுக்கு எத்தகைய பயிற்சி அளிக்கப்பட வேண்டும் என்ற கட்டுரையில் பெண்களுக்குத் தோட்டக்கலை, நீச்சல், உடற்பயிற்சி இவற்றில் பயிற்சி தர வேண்டும் என்று குறிப்பிட்டதை நகைமுரணாகத்தான் கொள்ள வேண்டும். பெண் கல்வி என்பது தொடர்ந்து ஆண்களைக் கவரவும், அவர்களுடன் ஒத்துழைக்கவும், வீட்டுக்கான சாமான்களை வாங்குவதற்கான குறைந்தபட்ச அறிவையும் தரத்தான் என்றே கூறப்பட்டு வந்தது. வெறும் ரவிக்கை அணியும் அவர்களுக்கு தையற்கலை எதற்கு, மிருகங்கள் பற்றியும் பறவைகள் பற்றியும் அவர்கள் ஏன் அறிந்துகொள்ள வேண்டும் என்ற கேள்விகளை எழுப்பியது ஒரு கட்டுரை. தந்தி இல்லாத வீணையும், அச்சாணி இல்லாத ரதமும் உபயோகமில்லாமல் போவதைப்போல பெண்ணும் கணவன் இல்லையென்றால் பயனற்றுப்போகிறாள்; கணவன் பண்புடையவனாகவோ, முட்டாளாகவோ, அங்கஹீன னாகவோ, தீய விஷயங்களை நாடுபவனாகவோ எப்படிப்பட்டவ னாக இருந்தாலும் அவன் வழிபாட்டுக்குரியவன் என்று பல கட்டுரைகளில் ஆசிரியர் வலியுறுத்துகிறார். மாதர் சுதந்திரம் பற்றியும் பல கட்டுரைகள் இருந்தாலும் பொதுவாக ஒருவரிடம் கட்டுப்பட்டு இருப்பதும் இல்லாமல் இருப்பதும் பெண்ணின் திறமையைப் பொருத்திருக்கிறது என்பது முன்வைக்கப்பட்டது.

1906ல் இங்கிலாந்தில் பெண்கள் வாக்குரிமை கோருவதைப் பற்றி எழுதும்போது, இத்தகைய அரசியல் உரிமைகளைக் கோரும் பெண்கள் அழகற்றவர்கள், திருமணமாகாதவர்கள் என்று குறிப்பிடு கிறார் பாரதியார். குடும்பப் பெண்ணாக குடும்பத்தை வழிநடத்தி குழந்தைகளைப் பேணும் பெண், அரசியல் சுதந்திரங்கள் பற்றி அக்கறை காட்ட மாட்டாள் என்பதை அவர் உறுதியாக நம்பினார். பெண்களுக்குத் தேவை அரசியல் உரிமைகள் அல்ல, பண்பாடில்லாத ஆண்கள் கையில் துன்புறுவதிலிருந்து காக்கப்படுவதுதான்

அவர்கள் தேவை என்று அடித்துக்கூறியது கட்டுரை. அழகற்று இருப்பதையும் உரிமை கோரி ஆணித்தரமாகப் பேசுவதையும் அவர் இணைத்திருப்பதை நாம் கவனிக்க வேண்டும். அழகற்ற, மனக்குலைவுற்ற, திருமணம் ஆகாத பெண்கள்தாம் சுதந்திரம் கோருபவர்கள் என்ற உணர்வு பெண்களுக்கு ஊட்டப்படுகின்றது. அழகான, நல்ல, படித்த பெண்கள் கல்வி கற்பது கணவனை மகிழ்வித்து அவன் எந்த வகையிலும் துன்புறுத்தாமல் இருக்கத்தான். பெண்களை மிகவும் 'கருணையுடன்' நோக்கின சில கட்டுரைகள். பெண் ஒன்றும் அடிமை அல்ல; அவமானப்படுத்தப் பட்டு தயவில்லாமல் நடத்தப்படுபவள், அவ்வளவுதான். சில சமயம் இப்படிச் செய்வது தவிர்க்க முடியாமலும் போய்விடுகிறது, மற்றபடிவீட்டில் பெண்களுக்கு எல்லா சுதந்திரமும் உண்டு என்றும் ஓரிடத்தில் கூறுகிறார் ஆசிரியர். பெண்களை வீட்டினுள்ளேயே வைப்பதற்குக் காரணம் இந்தியாவின் வெயில் தகிக்கும் பருவநிலைதான், வெளியே அதிகம் போனால் அவர்கள் துன்புறு வார்கள் என்பதால்தான்அவர்களை வீட்டோடு வைத்திருப்பது என்ற விளக்கமும் தரப்படுகிறது. சமையலறையின் விறகடுப்பின் தீ வெம்மை தாங்கக்கூடியது போலும்!

பாரதியின் நிமிர்ந்த நன்னடையும் நேர்கொண்ட பார்வையும் உள்ள பெண் பிறகுதான் வருகிறாள். 1905ல் பாரதி ஸிஸ்டர் நிவேதிதாவைச் சந்தித்து ஸிஸ்டர் நிவேதிதா அவரிடம் பெண்கள் சுதந்திரம் குறித்துப் பேசியது, இந்தப் புதுமைப் பெண்ணை அவர் மனத்தில் வித்திட்டது என்று உறுதியாகக் கூற முடியும். பாரதியின் புதுமைப் பெண் மிடுக்கும் அஞ்சாமையும் உடையவளாக இருந்தாலும் காதலன் ஒருவன் கை பிடித்து அவன் காரியம் யாவிலும் கைகொடுப்பவளாகத்தான் அவள் இருக்கிறாள். ஆனால் அவள் கட்டாயம் இன்றைய புதுமைப் பெண்ணுக்கு முன்னோடியாக இருந்தாள் எனலாம்.

இன்றைய வியாபாரப் பத்திரிகைகளான 'ஆனந்த விகடன்', 'கல்கி', 'குமுதம்', 'குங்குமம்', இடைநிலை வியாபாரப் பத்திரிகைகளான 'கலைமகள்', 'அமுதசுரபி' இவை பாரதியின் இந்தப் புதுமைப் பெண்ணை அடிக்கடி குறிப்பிட்டாலும் இவை சந்தைக்கு உரிய விதிகளை மீறாமலேயே இருக்கின்றன. மணிக்கொடி காலத்திலிருந்து ஆரம்பித்து எழுபதுகளில் வரத் துவங்கிய, மைய நீரோட்டத்துக்கு எதிராகச் செயல்பட்ட பத்திரிகைகளான 'கணையாழி', 'கசடதபற', 'அஃ', 'பிரக்ஞை' போன்ற பல இலக்கியப் பத்திரிகைகள், வெளிப் பாட்டு எல்லைகள், மொழி இலக்கணம், பால்நிலை வரையறைகள்

இவற்றை மீறிச் செயல்பட்டுவந்தன. கணையாழி இலக்கியப் பத்திரிகையாகத் தொடர்ந்து வெளியிடப்பட்டு வருகிறது. ஆண்களை ஆசிரியர்களாகக் கொண்ட அவற்றுக்குப்பின் வந்த 'உயிர்மை', 'காலச்சுவடு', 'அகநாழிகை', 'விருட்சம்', 'சுந்தர சுகன்', 'மணல் வீடு', 'மணற்கேணி' போன்ற பல இலக்கியப் பத்திரிகைகளும், சிறு பத்திரிகைகளும் பல தளங்களில் பல விதங்களில் செயல்பட்டாலும், பால் நிலை, பால் தன்மை குறித்த குறுகிய நோக்கு இல்லாமலேயே செயல்படுகின்றன எனலாம்.

## பெண்கள் வெளியிட்ட பெண்கள் பத்திரிகைகள்

பெண்கள் பெண்களுக்காக நடத்திய பத்திரிகைகளின் உள்ளடக்கம் ஆண்கள் ஆசிரியர்களாக இருந்த பத்திரிகையிலிருந்து வெகுவாக மாறுபட்டது என்று கூறமுடியாது. ஆனாலும் பெண்கள் வாழ்க்கையின் பல தளங்கள்-அரசியல் தளங்கள் உட்பட-பேசப் பட்டன. 1909 பண்டிதை விசாலாட்சி அம்மாள் ஆரம்பித்த 'ஹிதகாரிணி', 1912ல் ரேவு தாயாரம்மா ஆரம்பித்த 'பெண் கல்வி' - இவை பெண் நடந்துகொள்ள வேண்டிய முறைகள் பற்றியும், வரதட்சிணை, பால்ய விவாகம், பெண் கல்வி இவை பற்றியும் பேசின. 1924ல் சிஸ்டர் பாலம்மாள் 'சிந்தாமணி' பத்திரிகையைத் தொடங்கினார். அதே ஆண்டு வை.மு.கோதைநாயகி அம்மாள் 'ஜகன்மோகினி' பத்திரிகையைத் தொடங்கினார். பல பெண்கள் 'ஜகன்மோகினி' பத்திரிகையில் தங்கள் எழுத்து வாழ்க்கையைத் தொடங்கினர். பெண்களுக்கான பத்திரிகைகளில் மிகவும் ஆணித் தரமாக, காத்திரத்துடன் சமூகச் சீர்திருத்தம் பற்றிய தன் கருத்துகளை முன்வைத்த பத்திரிகை 'மாதர் மறுமணம்' எனலாம். புகழ்பெற்ற தேசியவாதி சோ.முருகப்பாவின் மனைவியான மரகதவல்லி அம்மாளால் காரைக்குடியிலிருந்து கொண்டுவரப்பட்டது இப்பத்திரிகை. விதவையான மரகதவல்லி அம்மாள் சோ.முருகப்பாவைக் கலப்புத் திருமணம் செய்துகொண்டவர். 1936ல் ஆரம்பிக்கப்பட்ட இப்பத்திரிகை விதவைகளின் நிலைமை பற்றிக் கூறும் முதன்மைப் பத்திரிகையாகவே வடிவமைக்கப்பட்டது. பத்திரிகையின் ஓர் இதழில் 'விதவையை மணப்பது புண்ணியம்' என்ற தலைப்பு முகப்பில் அழுத்தமாக அச்சடிக்கப்பட்டு வந்தது. பெண்களுக்கான பத்திரிகையாக இருந்தாலும் பெண்கள் உள்ளங்களில் ஆண்கள் அன்பைத் தோற்றுவிக்க வேண்டும் என்ற கோரிக்கை பத்திரிகையில் அதிகம் இருந்தது. பெண்களுக்கு அறிவுரை கூறிய வேடிக்கைப்

பாடல் ஒன்று, அண்ணன் தங்கையிடம் விதவையாக இருந்து கொண்டு அழாமல் உரிமை கோரி மீண்டும் மணக்கும்படிக் கூறுவதாக அமைந்திருந்தது.

நாற்பதுகளில் குகப்ரியை 'மங்கை', 'புதுமைப் பெண்' என்ற இரு பத்திரிகைகளைக் கொண்டுவந்தார். குழந்தைகளைப் பேணல், பெண்கள் குறித்து காந்தி தந்த பேட்டிகள், பெண் அரசியல்வாதிகள் பற்றிய கட்டுரைகள், பெண்கள் நிலைமை, வாழ்க்கை குறித்த கட்டுரைகள் போன்றவை இப்பத்திரிகைகளில் வெளியிடப் பட்டன. குகப்ரியையும் அவருக்குப்பின் 'மங்கை' பத்திரிகையை எடுத்து நடத்திய எஸ்.விசாலாட்சியும், பெண்ணின் சமுதாய நிலைமை பற்றியும், குடும்பத்தில் அவள் அதிகாரம் குறித்தும் நல்ல புரிதல் கொண்டவர்கள். சமூக மாற்றத்தைப் பலவகைகளில் ஆதரித்தாலும் பெண்ணின் முக்கியக் கவனம் குடும்பத்தில் இருக்க வேண்டும் என்ற நிலைப்பாட்டிலிருந்து அவர்கள் வழுவாமல் நின்றார்கள். ஆசிரியர் குறிப்பு எதுவும் இல்லாமலேயே பத்திரிகை வந்தது. குடும்ப வேலைகளுக்கான நேரம் போக மற்ற நேரங்களில் நடத்தப்பட்ட பத்திரிகை 'மங்கை' என்றாலும் அது ஒரு தொழில் முறைப் பத்திரிகை போலவே செம்மையாகக் கொண்டு வரப்பட்டது.

தற்சமயம் பெண்களுக்காக 'மங்கை', 'மங்கையர் மலர்', 'பெண்மணி', 'அவள் விகடன்', 'குமுதம் சிநேகிதி', 'சினேகிதி' எனப் பல பத்திரிகைகள் உள்ளன. இவை வழக்கமான சமையல் குறிப்புகள், நகைகள் உடைகள் பற்றிய குறிப்புகள், கை வேலைப் பொருட்கள், கோலங்கள், இவற்றுடன் கதைகள், தொடர் கதைகள், பயணக் கட்டுரைகள், பெண்களுக்கு ஆலோசனை, சாதனையாளர் பேட்டிகள் போன்ற உள்ளடக்கம் உள்ளவை. பெண்களின் வாழ்க்கை செம்மைப்பட அன்றாட வாழ்க்கைத் தளத்தில் மாற்றங்களை உருவாக்குவதில் முனைந்துவரும் இப்பத்திரிகைகளில் வரும் கதைகளும் சில வரையறைகளை மீறாமலேயே உள்ளன. வியாபாரப் பத்திரிகைகளின் குழுமத்திலிருந்து வரும் பத்திரிகை களாக இருப்பதால் இவை சந்தையின் தேவைகளை ஒட்டியே இருக்கின்றன. காத்திரமான படைப்புகளுடன் பெண்ணிய நோக்குடன் பெண்களை ஆசிரியராகக் கொண்ட பத்திரிகைகள் இல்லை. கவிஞர் குட்டி ரேவதியை ஆசிரியராகக் கொண்ட 'பனிக்குடம்' பத்திரிகை சில ஆண்டுகளே வந்து நின்றுவிட்டது. 2002லிருந்து 2007 வரை 'பனிக்குடம்' வந்தது. அதன் பிறகு விசேஷ

இதழ் ஒன்று வந்தது. தவிர பல நூல்களையும் ‘பனிக்குடம்’ வெளியிட்டது. பெண்ணியம் குறித்த கட்டுரைகளும், பெண் எழுத்தாளர்களைப் பற்றிய கட்டுரைகளும் பேட்டிகளும் விமர்சனங் களும், கவிதைகளும் சிறுகதைகளும் ‘பனிக்குடம்’ பத்திரிகையின் உள்ளடக்கமாக இருந்தன. படைப்பிலக்கியம் தவிர தீவிர இலக்கிய விவாதங்கள் உள்ள பெண்கள் பத்திரிகையாக ‘பனிக்குடம்’ இருந்தது. அது போன்ற இன்னொரு பத்திரிகை இப்போது இல்லை.

# 2

# மொழியும், பிம்பங்களும் பிம்ப முறிவுகளும்

## முதல் கட்டம்

**ப**த்தொன்பதாம் நூற்றாண்டின் இடையாண்டுகளில் உருவாகி இருபதாம் நூற்றாண்டின் ஆரம்பத்திலிருந்து வலுப்பெற்ற பல பெண் பிம்பங்கள் உண்டு. பண்பாடு, அதனுடன் இணைந்து வரும் மதம், கடவுள் பக்தி, குடும்பத்துக்கேற்ற கல்வி இவற்றால் கட்டப்பட்ட பெண் பிம்பம் அதில் முக்கியமானது. கல்வி பற்றிய விவாதங்களிலிருந்து உருவான இன்னொரு பிம்பம் புதுமைப் பெண் பிம்பம். பெண்மை பற்றிய அத்தனை விளக்கங்களுக்கும் உருவம் தருவதுபோல அமைந்த பிம்பம் முற்றிலும் பெண்மை சொட்டும் பிம்பம். தியாகம் செய்யும், அன்பான, கருணை உள்ளஒருத்திக்கு ஒருவனே என்று இருக்கும் பெண் பிம்பம் இது. இந்தப் பூரணமான பெண்ணின் இன்னொரு வடிவம் பெண்மைக்கு விளக்கமாக இருப்பதோடு பாரத நாட்டின் பண்பாட்டுப் பெருமையைப் பரப்புவதைத் தன் கடமையாக நினைக்கும் பெண் பிம்பம். ஒடுக்கப்பட்ட, ஒடுக்கப்பட வேண்டிய பெண்ணாய் இருந்த பிம்பம் விதவையின் பிம்பம். அன்னையின் பிம்பம் தொடர்ந்து வரும் பிம்பம். இருபதாம் நூற்றாண்டின் ஆரம்ப ஆண்டுகளில் பொது வெளியில் அறிமுகமான பிம்பம் சமூக சேவகியின் பிம்பம்.

அறிவுரைகள், கட்டுப்பாடு, விளக்கங்கள் இவற்றில் கட்டுண்டு கிடக்காமல், மாற்று மொழி, மாற்று நோக்கு, மாற்றுக் கதைகளை

உருவாக்கும் பொறுப்பு பெண்களுக்கு இருந்தது. ஆரம்ப ஆண்டுகளில் பெண்ணிய நோக்கு அல்லது பெண் மொழி என்ற எந்தவித முழக்கமோ, அடையாளங்களோ இல்லாமல், சத்தமே இல்லாமல், புனைகதையில் மாற்றமும் பிம்ப முறிவுகளும் வந்தன. அமைதியாக இதைச் செய்தவர் கிருபை சத்தியநாதன் அம்மாள். கிறிஸ்துவத்துக்கு மாறிய முதல் பிராமணக் குடும்பம் அவருடையது. ஒரு விதவை காதலிப்பதை 1893ல் நாவலாக 'கமலா' என்ற தலைப்பில் எழுதியவர். ஆங்கிலத்தில் எழுதப்பட்ட இந்த நாவல் 1896ல் தமிழில் மொழிபெயர்க்கப்பட்டது. இதைத் தொடர்ந்து 1894ல் அவர் மறைவுக்குப் பின் வெளிவந்த, சுயசரிதம்போல எழுதப்பட்ட 'சகுணா' என்ற நாவலில், சென்னைக்கு வந்து, மருத்துவக் கல்லூரியில் படித்துக் காதல் திருமணம் செய்துகொண்ட பெண்ணைப் பற்றி எழுதுகிறார். அந்தப் பெண் வேறு யாருமில்லை, அவரேதான். இதுவும் தமிழில் உடனடியாக மொழிபெயர்க்கப் பட்டது. திருமணம் குறித்துப் பல ஐயங்கள் அவருக்கு இருந்ததை 'சகுணா'வின் முன்னுரை கூறுகிறது. 'ஒரு பெண் சுதந்திரமான வாழ்வையும், அறிவு வளர்ச்சியையும் தவிர்த்துவிட்டு திருமண வாழ்வையும் நல்ல உடைகளையும் நகைகளையும் அதைவிடச் சிறந்தவை என்று கருதித் தேர்ந்தெடுப்பது என்னை வருத்தத்துக் குள்ளாக்குகிறது'என்று அவர் கூறியதைக் கூறுகிறது முன்னுரை. பத்தொன்பதாம் நூற்றாண்டிலேயே இத்தகைய சுதந்திரமான கருத்துகளைக் கூறியவர் அவர்.

அடுப்பூதும் பெண்களுக்குப் படிப்பெதற்கு என்ற மனநிலை இருந்த காலத்தில் பெண்கள் பத்திரிகை நடத்தியும், புனைகதைகள் எழுதியும் தங்கள் குரல்களை இருபதாம் நூற்றாண்டின் ஆரம்பத்தில் ஒலிக்கச் செய்ததே ஒருவகை எதிர்ப்புத்தான். அது அப்படி நோக்கப் பட்டதால்,கல்வி கற்கும் பெண் பண்பாட்டிலிருந்து வழுவ மாட்டாள் என்று கதைகளில் எழுதி, தாங்கள் செய்வது தவறல்ல என்று நிரூபிக்கும் நிர்ப்பந்தம் இருப்பதாகச் சில பெண் எழுத்தாளர்கள் உணர்ந்தார்கள். பண்டிதை விசாலாட்சி அம்மாள், அன்பம்மாள் பால் அம்மாள், எஸ்.ராஜாம்பாள் போன்றவர்கள் இருபதாம் நூற்றாண்டின் முதல் தசாப்தத்தில் எழுதிய கதைகளில் இத்தகைய கருத்துகள் ஒலித்த வண்ணமே இருந்தன. அதன் பிறகு வந்த வை.மு.கோ என்று எல்லோரும் அழைத்த கோதைநாயகி அம்மாள் சுதந்திரப் போராட்ட வீரர். காந்தியவாதி. கதர் கட்டியவர். பல ஊர்களுக்குச் சென்று காந்தியின் போராட்டம் குறித்து விளக்கவுரை ஆற்றியவர். சிறை சென்றவர். தன் வீட்டுப் பட்டுத் துணிகளைத் தெருவில் போட்டு எரித்தவர். விதவைத் திருமணத்தை

ஆதரித்தவர். மகாத்மா காந்தி சேவா சங்கம் அமைப்பை நிறுவியவர். இருந்தாலும் தன் கதைகளில் அவர் வலியுறுத்தியது கணவனுக்கு உற்ற துணையாக இருக்கும் பெண்ணைத்தான். இந்தப் பண்பாட்டி லிருந்து வழுவாத பெண் பிம்பம் அன்றாட நடவடிக்கைகளில் மாறிப் போயிருந்தாலும் இலக்கியத்திலிருந்து வெளியேற மறுத்தது.

இந்தப் பிம்பங்களை மெல்லிய நகைச்சுவை உணர்வோடும், ஆழ்ந்த நுண்ணுர்வோடும், தெளிந்த அறிவோடும் முறித்தவர் குமுதினி. இதிகாச சீதையை மறுவாசிப்புச் செய்தவர். குடும்பக் கதைகள் எழுதும்போதே குடும்பத்தின் வழக்கமான தடங்களை மாற்றி எழுதியவர். 'திவான் மகள்' (1946) என்ற நாவலில் இரு வேறு சாதிகளைச் சேர்ந்தவர்கள் காதலிப்பதை எழுதியவர். 'கொனஷ்டை' என்ற பெயரில் எழுதிய புகழ்பெற்ற எழுத்தாளரின் மகள் குமுதினி. வெகு சிறு வயதிலேயே திருமணம் செய்துகொண்ட குமுதினி தன் 25ம் வயதில் எழுத ஆரம்பித்தார். செவியில் ஏற்பட்ட கோளாறு ஒன்றினால் செவி கேளாத நிலைக்குத் தள்ளப்பட்டுக்கொண்டிருந்த போது தன் மனத்தை வேறு வழிகளில் செலுத்த அவர் எழுத ஆரம்பித்தார். அவரைச் சுற்றிலும் இலக்கியத்திலோ அரசியலிலோ எந்தவித ஆர்வமும் இல்லாத பெண்கள்தான் இருந்தார்கள். அவர்கள் கூடியதெல்லாம் நகைகளைப் பற்றிப் பேசத்தான். கூட்டுக் குடும்பம் ஒன்றில் வாழ்ந்த அவரைச் சுற்றி இருந்த மருமகள்களுக்கு சுய வருமானம் என்று ஏதும் இருக்கவில்லை. 'ஆனந்த விகடன்' பத்திரிகை இவருக்குப் பத்து ரூபாய் அனுப்பியபோது அது பெரிய விஷயமாகப் பார்க்கப்பட்டது. சம்பிரதாய வழிகளில் கல்வி கற்றவர் அல்ல குமுதினி. வீட்டுக்கு ட்யூஷன் தர வந்த ஆசிரியரிடம் ஆங்கிலமும் மற்றப் பாடங்களும் பயின்றார். முப்பதுகளிலேயே பெண் கல்வி பற்றி கட்டுரைகள் எழுதினார் குமுதினி. பெண் கல்வி கணவனைப் பேணுவதற்காகத்தான் என்ற முறையில் அவர் எழுதியிருந்தாலும் பல வகைகளில் அவரைச் சுற்றியிருந்த பெண்களிலிருந்தும் தனித்து நின்றவர் குமுதினி.

ஸர் ஹில்டன் ப்ரௌன் என்ற அன்றைய சென்னை கலெக்டர் ஒருவர் 'தற்காலப் புனைவிலக்கியத்தில் தென்னிந்தியா' என்பது குறித்துப் பேசியபோது வை.மு.கோவின் 'சாரமதி' நாவலின் கடைசிப் பக்கத்தில் கீழே 'கதர் அணியுங்கள்! வந்தே மாதரம்! காந்தி வாழ்க!' என்று எழுதியிருந்ததைக் குறிப்பிட்டு, இது ஆங்கில நாவல் ஒன்றின் முடிவில் 'பியர்ஸ் சோப் உபயோகியுங்கள்! இங்கிலாந்து வாழ்க! ஹிட்லர் வாழ்க!' என்று சொல்வதுபோல் இருக்கிறது என்றார். குமுதினி உடனே அதற்குத் தக்க பதிலை ஒரு கட்டுரையில்

எழுதி இரண்டும் முற்றிலும் வேறானவை என்பதைச் சுட்டிக் காட்டினார். குமுதினி காந்தியை ஆராதிக்கும் ஒருவராகவே தன்னை அடையாளப்படுத்திக்கொண்டார்.

'திவான் மகள்' நாவலில் தன் நிலைப்பாட்டில் உறுதியாக இருக்கும் ஒரு பெண்ணைச் சித்தரிக்கிறார் குமுதினி. அவளைக் காதலிப்பதும் வெறுப்பதும் அவள் யார் என்பதை ஒட்டி இருக்க வேண்டுமே ஒழிய அவள் சாதியை ஒட்டி இருக்கக் கூடாது என்ற முடிவில் அவள் திடமாக இருக்கிறாள். முடிவில் அவள் காதலன் தன் மனச் சிக்கல்களைத் தீர்த்துக்கொண்டு அவளிடம் திரும்பி வருகிறான். குழந்தைகளைப் பாத்திரங்களாக வைத்து குமுதினி எழுதியிருக்கும் கதைகளும் மிகவும் நுணுக்கமானவை. குடும்பத்தில் குழந்தைகளின் இருப்பை மனோதத்துவ ரீதியில் பார்க்கும் கதைகளாக அவை இருக்கின்றன.

மிகவும் சிறிய வயதிலேயே எழுத ஆரம்பித்த இன்னொரு எழுத்தாளர் கி.சாவித்திரி அம்மாள். பதினாலு பதினைந்து வயதிலேயே ஆங்கில துப்பறியும் நாவல் ஒன்றை 'ஹேமலதை' என்று தமிழில் மொழிபெயர்த்தவர். இது புத்தகமாகவும் வெளி வந்தது. மிகவும் மென்மையாகச் சில விஷயங்களைக் கூறியவர் சாவித்திரி அம்மாள். 'கல்பகம்' (1956) என்ற நாவலில் காதலன் தன்னைப் புறக்கணித்ததும் எந்தவித நீண்ட வசனமும் பேசாமல் அவனைக் காதலித்தது தன் தப்பு என்று கூறும் பெண்ணைப் படைத்தவர். கிழவன் ஒருவனுக்கு வாழ்க்கைப்பட விரும்பாத பெண்ணைச் சித்தரிக்கிறார் இந்த நாவலில். அவள் காதலன் அவளைக் கைவிடும்போது அவனிடம் கெஞ்சாமல் ஒதுங்கிவிடும் அவள், கிழவனை மணக்காமல் இருக்க திருமண நாளன்று சாவை நாடுகிறாள். அவள் தற்கொலை செய்துகொள்வது,தைரியமாகச் சிந்திக்கும் அவளது கதாபாத்திரத்தின் போக்கைக் குலைத்தாலும், தன் வாழ்க்கையைத் தன்போக்கில் அமைத்துக்கொள்ள அவள் விழைவதை முக்கியமான அம்சமாகக் கொள்ளலாம்.

கி.சாவித்திரி அம்மாளின் சகோதரியான கி.சரஸ்வதி அம்மாள் மனோதத்துவ ரீதியில் 'கன்றின் குரல்' (1956) என்ற வித்தியாசமான நாவலை எழுதியவர். இளம் மாணவன் ஒருவன் தன்னிலும் பெரிய பெண்ணைக் காதலிப்பதைக் கருவாக வைத்து எழுதிய நாவல். Calf love என்று ஆங்கிலத்தில் கூறுவதை கன்றின் குரலாக மாற்றியவர்.

மிகவும் நயமான மொழியில் குடும்பத்தில் உள்ள உறவுச் சிக்கல்களையும், பெண்-ஆண் உறவுகளில் உள்ள வெளியிடப்படாத மௌனக் குமுறல்களையும் தன் பல கதைகளிலும் நாவல்களிலும்

எழுதியவர் அநுத்தமா. அவர் களம் குடும்பமாக இருந்தாலும் அந்தக் களத்தை ஒரு பிரச்சினைக்குரிய களமாகக் காட்டியவர். குடும்பம் என்ற அமைப்பில் உள்ள உறவுப் பின்னல்கள், அவை உருப் பெறும் வகைகள், அவற்றின் ஊடே இருக்கும் வன்முறை, ஆழ்ந்த நேசம், பிணக்குகள், தீர்வுகள், விதவைகளின் மனம் இவற்றைப் பற்றி வெகு சுவையாக 'மணல் வீடு', 'ஜயந்திபுரத் திருவிழா' *(1954)*, 'வேப்பமரத்துப் பங்களா' *(1959)*, 'அற்ப விஷயம்' *(1955)*, 'கௌரி' *(1953)*, 'பூமா' *(1968*-இரண்டாம் பதிப்பு) போன்ற நாவல்களில் அநுத்தமா எழுதினார். கௌரி நாவலில் சமூக சேவை செய்யப் போகும் படித்த பெண், காதல் திருமணம், பெண்-ஆண் உறவு இவற்றின் தன்மையைப் படிப்படியாகப் புரிந்துகொள்வதையும் வீட்டிலேயே இருக்கும் பெண் காதல் சோகத்தை மனத்தில் அடக்கி அடக்கிப் பின் அதன் தீர்வு உண்டாவதையும் அன்றாட வாழ்க்கை ஓட்டத்தில் பிணைத்துப் பேசியிருப்பார். படித்த பெண் பற்றிய ஒருவகை எதிர்மறை நோக்கு இவரின் சில கதைகளில் உள்ளது. குறிப்பிட்டுச் சொல்வதானால் 'அற்ப விஷயம்' குறுநாவலில் படித்த பெண்ணின் அகங்காரம் பற்றியும், 'கேட்ட வரம்' நாவலில் பண்பாடு குறித்த அவளின் புரியாமையும் முதிர்ச்சியின்மையும் எழுதப்பட்டிருக்கும். 'கேட்ட வரம்' நாவலில் மிகவும் படித்த, முதிர்ச்சி உள்ள பெண் பண்பாட்டின் மதிப்பீடுகளை எள்ள மாட்டாள் என்ற கருத்தும் இருக்கும். இத்தகைய நோக்கு அந்தக் காலகட்டத்தில் படித்த பெண் பற்றிய ஐயங்களை ஒட்டி இருந்தாலும் அநுத்தமா பெண் கதாபாத்திரங்களைக் குரல் இழந்தவர்களாகவும் வலுவில்லாதவர்களாகவும் படைப்பதில்லை. அவர்கள் குடும்ப அமைப்பின் சுழலில் பல்வேறு கட்டங்களில் சிக்கியவர்கள்; அதனின்றும் மீளும் முயற்சிகளை அவரவர் போக்கில் செய்தவர்கள்.

இதே காலகட்டத்தில் எழுதிய இன்னொரு முக்கியமான எழுத்தாளர் கௌரி அம்மாள். சிறு பெண்ணாக இருந்தபோது சிறுவர்களைப்போல் உடையணிய வேண்டும் என்று பெரிதும் ஆசைப்பட்டவர். பெண்கள் வேலைக்குப் போக வேண்டும், பொருளாதார சுதந்திரம் இல்லாமல் பண்பாடு சார்ந்த மதிப்பீடுகளை மாற்ற முடியாது என்று கருதியவர். குடும்பச் சூழ்நிலை காரணமாக சுதந்திரப் போராட்டத்தில் பங்குபெற முடியாமல் போனவர். குடும்பக் கப்பல் நிலைதடுமாறாமல் இருக்க அன்னை ஒருத்தி எவ்வளவு அவசியம் என்று கூறும் 'கடிவாளம்' *(1949)* நாவலை, இவர் மிகவும் நுண்ணுர்வுடன் எதையும் உரத்துக் கூறாமல், சொல்லாமல் சொல்லி விளங்கவைத்தவர். 'வீட்டுக்கு

வீடு' (1968) என்ற சிறுகதைத் தொகுதியில் பல கதைகள் மனோதத்துவ ரீதியில் சிறுமிகளுடைய மற்றும் பெண்களுடைய பிரச்சினைகளை அணுகின. தொகுப்புகளில் வராத 'காவேரி' பத்திரிகையில் வெளிவந்த 'பாழும் பணம்' என்ற கதையில் குடும்பத்தில் பெண்ணின் இடம் குறித்து வெகு துல்லியமான நோக்கு இருக்கும். ஒரு பெண் பூனையை வளர்க்கக் கூட இடமோ உரிமையோ இல்லாத வீட்டை அதில் படைத்திருப்பார்.

'மணிக்கொடி' போன்ற இலக்கியப் பத்திரிகைகளில் எழுதிய இன்னொரு எழுத்தாளர் கு.ப. சேது அம்மாள். வெளிப்பாட்டின் இலக்கணத்தை வெகுவாக மாற்றி அமைத்த கு.ப.ராஜகோபாலனின் சகோதரி. சினிமா போன்ற ஊடகங்களிலும் தன் முத்திரையைப் படைத்தவர். 1967ல் வெளிவந்த 'குரலும் பதிலும்' நாவலின் முன்னுரையில் 'பொறுப்பும், கடமை உணர்வும் அற்ற கணவர்களை அடைந்த பெண்களின் சீரழிவில், அவர்களுடைய அவல வாழ்வில் சோகம், ரோஷம், மானம் முதலிய உணர்ச்சிகளால் பாதிக்கப்பட்டு, அவற்றை வாய்விட்டுக் கூறக்கூட இயலாத தத்தளிப்பில் சிக்கி உழலும் உயரிய பண்புள்ள பெண்களின் சித்திரமே இந்த நவீனம்' என்று தன் பெண் கதாபாத்திரங்களை அறிமுகப்படுத்துகிறார். இந்த நாவலின் பெண் கதாபாத்திரங்கள் பற்றி அவர் கூறுவதை அவர் வெளிப்பாட்டின் தன்மையாகக் கொள்ளலாம்.

1937ல் தன் இருபதாம் வயதில் எழுத வந்த ஸித்தி ஜுனைதா பேகம் தன் காத்திரமான எழுத்துகளால் இலக்கிய உலகில் முஸ்லிம் பெண்களின் நிலை பற்றி எழுதியவர். 1917ல் முத்துக்கனிக்கும் ஷெரிப் பெய்க்குக்கும் மூத்த குழந்தையாகப் பிறந்த ஸித்தி ஜுனைதா பேகம் நாகூரைச் சேர்ந்தவர். அவர் அன்னை இறந்த பிறகு கதீஜா நாச்சியார் அவருடைய சிற்றன்னையாக வந்தார். அவர் தந்தை ஆங்கிலேயக் கப்பல் ஒன்றின் கேப்டனாக வேலை பார்த்துக்கொண்டிருந்தார். நன்றாக ஆங்கிலம் பேசக்கூடியவர். ஸித்தி ஜுனைதா பேகத்தைப் படிக்க வைக்கவில்லை. அதே தெருவில் கிறிஸ்துவர்களால் நடத்தப்பட்டப் பள்ளி ஒன்றில் மூன்று வகுப்புகள் படித்தபின் அவருடைய அன்னை மேலே படிக்க அனுமதிக்கவில்லை என்று கூறப்படுகிறது. பன்னிரண்டு வயதிலேயே திருமணமும் ஆகிவிட்டது. திருமண வாழ்வு நான்கைந்து ஆண்டுகள்தாம். நான்கு குழந்தைகள். அப்படியும் தன் 21ம் வயதில் ஜுனைதா பேகம் தன் முதல் நாவலை எழுதுகிறார். 'காதலா கடமையா' என்ற தலைப்பிட்ட அந்த நாவல் சாகசங்கள் நிறைந்த நாவலாக எழுதப்படுகிறது. 'காதலா கடமையா' புத்தகத்தில் 1999ல் 'முஸ்லிம் முரசு' பொன்விழா மலருக்காக

எடுக்கப்பட்ட பேட்டி ஒன்று உள்ளது. ஜுனைதா பேகம் ஆழ்ந்த படிப்பு உள்ளவர் என்று கதைகளில் தெரிகிறது. மதம் பற்றியும் சாதி பற்றியும் பெண்கள் நிலை பற்றியும் யோசித்திருப்பவர். அதிகம் வெளியே போகாவிட்டாலும் வீட்டிலேயே அடைந்து கிடந்தவரும் இல்லை. மு.வரதராசனாரின் 'நெஞ்சில் ஒரு முள்' புத்தகத்தைப் பேட்டியில் குறிப்பிடுகிறார். கதைகளில் பட்டினத்தடிகள், திருவள்ளுவர் எனப் பலரையும் மேற்கோள் காட்டுகிறார்.

'என் இளம் வயதிலிருந்தே சாதிசமய வேறுபாடுகள் என் உள்ளத்தில் இடம் பெற்றதில்லை. எல்லோரும் ஒரு குலம், எல்லோரும் ஓர் இனம் என்ற மனப்பான்மையே என் உள்ளத்தின் ஆணிவேர்' என்று ஒரு முகவுரையில் உறுதியாகக் கூறும் ஜுனைதா பேகத்தின் கட்டுரைகளில் இஸ்லாமும் பெண்களும் குறித்துப் பல கேள்விகளை எழுப்புகிறார். பெண்களுக்குஇஸ்லாம் அளித்துள்ள சொத்துரிமை, விவாகரத்து உரிமைகளைப் பற்றிக் கூறுகிறார். பெண்கள் சினிமா பார்க்கலாமா என்ற கேள்வி எழும்போது, அராபிய மன்னர் இப்னுசௌத் கூறியதை அவர் எடுத்துக் காட்டுகிறார். 'குர் ஆனும் ஹதீதுகளும் மக்கள் சமுதாயத்தின் முன்னேற்றத்தைத் தடுப்பவை அல்ல. அவைகள் நவீன இயந்திர சாதனங்கள் எதனையும் தடுப்பவையுமல்ல' என்று அவர் கூறியதைச் சுட்டிக் காட்டுகிறார். பெண் உரிமை, பெண் கல்வி குறித்துப் பேசும்போது மிகத் தெளிவாகத் தன் கருத்துகளை முன்வைக்கிறார். இஸ்லாம் எப்போதுமே பெண் கல்வியை ஆதரித்துள்ளது என்று கூறி அரபு நாட்டிலே இருந்த பல பெண் அறிஞர்கள் பற்றி விளக்குகிறார். அக்கால உலமாக்களுள் நடந்த விவாதத்தில் பங்கு கொண்டு பர்தாவின் பின் இருந்து வாதிட்டு வெற்றி பெற்ற ஹரூன் ஆல் ரஷீத் பாதுஷாவின் மனைவி ஜுபைதா காத்தூன் பற்றிக் கூறுகிறார். அறச்செல்வி ராபியா பற்றிக் கூறுகிறார். இஸ்லாத்தில் தெளிவாய் வற்புறுத்தப்பட்டு, பெண் கல்வி அனுமதிக்கப்பட்டிருப்பினும், முஸ்லிம் பெண்கள் கல்வியில் மற்ற பெண்களைப்போல் சிறந்து விளங்காததற்குக் காரணம் பல சுயநலவாதிகள் குர்ஆனின் பொருள் தெரியாது குர்ஆன் ஓதுவது மட்டுமே அறிவையளிக்கும் என்று பல ஆண்டுகளாகக் கூறி இஸ்லாமியப் பெண்களை ஏமாற்றி வருவது மட்டுமல்லாமல் அவர்களை விலங்குகளுக்குச் சமமாய் ஆக்கி வைத்திருப்பதும்தான் என்று கூறுகிறார். 15 வயதிலேயே திருமண வாழ்வில் தள்ளப்பட்டு, ஆண்களின் மிருக உணர்ச்சிக்கு அடிமையாக்கப்பட்டு, பிள்ளை பெறுவதிலும் சமையலறையிலும் பெண்கள் வாழ்வதைக் கூறுகிறார். பாரதி, வள்ளுவர், சரோஜினி தேவி என்று பலர் கூறியிருப்பதைத் தகுந்த இடங்களில்

கையாளுகிறார். படித்த பெண் ஒழுக்கம் தவறிவிடுவாள் என்று கூறுபவர்களைச் சாடுகிறார். இது 'பொருந்தாக் கூற்று' என்கிறார். மனவடக்கமும் புலனடக்கமும் ஆண்களைவிடப் பெண்களுக்கு உண்டு என்கிறார். பெண் கல்வி கற்பதால் கற்பு நெறியிலிருந்து வழுவிவிடுவாள் என்று கூறுபவர்கள் பொறாமை பிடித்தவர்கள் என்கிறார். இப்படிப் பெண்களுக்குத் தீமை விளைவிக்கும் கல்வி ஆண்களுக்கும் தீமை விளைவிக்காதா என்ன என்று கேள்வி கேட்கிறார். 'இவ்வாறு பெண்மையியல்புக்கில்லாத பழியை அவ்வினத்தார் மீதேற்றி இழித்துரைக்கத் துணிந்த இவர்தம் புல்லறிவுக்கு இது எட்டாததேனோ?' என்ற கேள்வியுடன் கட்டுரையை முடிக்கிறார். எழுதிய ஆண்டு 1937. இந்தப் புல்லறிவு கொண்டவர்களைத்தான் தன் முன்னுரை ஒன்றில் நச்சுடை நாகங்கள் என்று குறிப்பிடுகிறார்.

ஜுனைதாவின் எழுத்தில் தெளிந்த சிந்தனையையும், ஆழ்ந்த அறிவையும், பெண்கள் நிலை குறித்த நுண்ணுணர்வையும் காண முடிகிறது. இசை இன்பம் பற்றிய கட்டுரையில் ஆயர்பாடியில் குழலூதும் கண்ணனைப் பற்றிக் கூறுகிறார். ஆழ்வார்ளையும், மக்கள் பாடல்களையும் குறிப்பிட்டுவிட்டுப் பிறகு கீட்ஸ், ஷேக்ஸ்பியர் இவர்கள் இசை பற்றிய கருத்துகளையும் கூறுகிறார். ஆங்கில எழுத்தாளர்களை அவர் படித்திருந்தார் என்று கருதத் தோன்றுகிறது இவற்றைப் படிக்கும்போது. இப்படித் தோன்ற இன்னொரு காரணம் 'காதலா கடமையா' நாவலின் கதைக்கரு, நிகழ்வுகள் அனைத்தும் 1894ல் சாகசங்கள் நிறைந்த கதையாக The Prisoner of Zenda என்ற தலைப்பில் ஆந்தனி ஹோப் எழுதிய கதையில் இருப்பவை. 1937ல் இது ஹாலிவுட் படமாக எடுக்கப்பட்டது. இவ்வளவு பிரபலமான ஆங்கிலப் படம்தான் தமிழ்நாட்டுக்கேற்ப கடமை காதல் இரண்டும் அமைவதுபோல் மாற்றப்பட்டு எம்.ஜி.ஆர், சரோஜாதேவி, பானுமதி நடித்த 'நாடோடி மன்னன்' திரைப்படமாகியது. ஆனால் ஜுனைதா பேகம் மூலக் கதையிலிருந்து வழுவாமலேயே வெகு சிறப்பாக அதை நம் நாட்டுக் கதைபோல் மாற்றி எழுதுகிறார். நாட்டுக்காகப் போராடும்போது, அதன் நலன் கருதி உழைக்கும்போது, காதலை விடக் கடமை பெரியது என்று வலியுறுத்துகிறார். இதில் பல வகைப் பெண் பாத்திரங்களைப் புகுத்தும்போது அவர்களை நல்லவள் கெட்டவள் என்ற எதிர்மறை நிலைகளில் வைப்பதில்லை. சந்தர்ப்ப சூழ்நிலை ஒரு பெண்ணை நிலை தவற வைக்கலாம் என்ற வாதத்தை முன்வைக்கிறார்.

•

# இரண்டாம் கட்டம்

இரண்டாம் கட்ட எழுத்தாளர்களும் முதல் கட்ட எழுத்தாளர்களும் எழுதிய ஆண்டுகள் ஒன்றைத் தொடர்ந்து ஒன்று என்றில்லாமல் பிணையப்பட்டிருந்தாலும் இரண்டாம் கட்ட எழுத்தாளர்கள் என்று அவர்களைக் கூறுவதன் காரணம், அவர்கள் எழுத்து இருபதாம் நூற்றாண்டின் இறுதி தசாப்தங்கள் வரையும் அவற்றைத் தாண்டி 21ம் நூற்றாண்டின் ஆரம்ப தசாப்தத்தையும் எட்டி இருப்பதால்தான்.

இந்தக் கட்ட எழுத்தாளர்களில் ஒரு தசாப்தத்துக்கும் அதிகமாகத் தீவிரமாக இயங்கியும் பலரால் மறக்கப்பட்டவர் விந்தியா. 1947லிருந்து 1960 வரை 13 ஆண்டுகள் எழுதியவர் விந்தியா என்ற பெயரில் எழுதிய இந்தியா தேவி. ஆகஸ்ட் 15, 1947 சுதந்திர தினம் அன்றுதான் அவருடைய முதல் கதை 'பார்வதி' கலைமகள் பத்திரிகையின் ஆவணி மாத இதழில் வெளிவந்தது. அப்போது விந்தியாவுக்கு வயது 20. விந்தியா தமிழை முறையாகப் படித்தவர் அல்ல. ஒரிஸ்ஸாவில் உள்ள பெர்ஹாம்பூரில் வளர்ந்த அவர் பள்ளியில் தெலுங்குதான் இரண்டாம் மொழியாக இருந்தது. அப்படியும் ஆங்கிலத்தில் பல கவிதைகளும் நாடகங்களும் எழுதிய தந்தை கே.என்.சுந்தரேசன் தந்த ஊக்கத்தினால் தமிழ் கற்றுவந்தார். சுந்தரேசன் பெர்ஹாம்பூரில் கல்லூரி விரிவுரையாளராக இருந்தார். தீவிர தேசப்பற்று உடையவர். ஆங்கிலத்தில் எழுத ஆரம்பித்த அவர் சி. எஃப்.ஆண்ட்ரூஸைச் சந்தித்தபோது அவர் டாகூர் பெங்காலியில் எழுதுவதுபோல தாய்மொழியில் எழுத ஊக்குவித்தார். தன் மகளுக்கு அவர் இந்தியா தேவி என்று பெயர் வைத்தபோது அந்தப் பெயர் குறித்துப் பலருக்கு விமர்சனம் இருந்தது. அந்தப் பெயரிலேயே விந்தியா எழுதியிருக்கலாம். ஆனால் அவர் புனைப் பெயரில் எழுதினார்.

அந்தக் காலத்து வழக்கப்படி 15 வயதிலேயே திருமணம் ஆயிற்று இந்தியாதேவிக்கு. 1942ல் அவர் திருமணம் புரிந்துகொண்டு கோயமுத்தூர் போகும்வரை கோவிலிலும் விழாக்களிலும் பாடும் நல்ல பாடகியாகவும், வயலின் வாசிக்கும் கலைஞராகவுமே அறியப்பட்டார். கூட்டுக் குடும்பமும் அதன் அழுத்தங்களும் அந்த முதல் கதையை எழுதத் தூண்டியிருக்கலாம். 'பார்வதி' அப்போது யாருமே எழுத நினைக்காத அல்லது துணியாத ஒன்றைப் பற்றிய கதை. ஒரு பெண் பருவம் எய்துவதைப் பற்றிய கதை. அந்த நிகழ்வின் தாக்கத்தை அவள் எதிர்கொண்டு அவள் குடும்பத்தில் தன்

இடத்தை ஸ்தாபித்துக்கொள்வதைப் பற்றியது. 1947லிருந்து 1960 வரை மட்டுமே எழுதிய விந்தியா 82 கதைகள், 3 கட்டுரைகள், ஒரு நாடகம் மற்றும் ஒரு நாவல் ஆகியவற்றை 13 ஆண்டுகளில் எழுதினார். அவர் நாவல் 'சுதந்திரப் போர்' குறிப்பிடத்தக்கது.

கலைமகள் நாராயணசாமி ஐயர் நாவல் போட்டிக்காக 1955 வாக்கில் எழுதப்பட்ட நாவல் சுதந்திரப் போர். அது பரிசு பெறவில்லை. புத்தகமாகவும் வெளியிடப்படவில்லை. அவர் குடும்பத்தாரின் மூலம் என் கைக்கு வந்த நாவல் இந்த அபூர்வ நாவல். நாவலின் தலைப்பு அது நாட்டின் சுதந்திரப் போர் பற்றியது என்ற எண்ணத்தை ஊட்டினாலும் அது வீட்டில் ஒரு பெண் தன் சுதந்திரத்துக்காகப் போராடுவது பற்றியது. குடும்பம் என்ற அமைப்பினுள் பாடவும் பேசவும்இயங்கவும் தானாக இருக்கவும் ஒரு பெண் செய்யும் போராட்டம் பற்றியது. கணவன் மனைவிக்குள் சொற்களும் செயல்களும் உணர்ச்சிகளை வெளிப்படுத்தாத அல்லது தவறாக வெளிப்பட்டு வெளிப்பாட்டுத் தொடர்பு முற்றிலும் குலைவதைப் பற்றிய நாவல். அதே காலகட்டத்தில் ராஜம் கிருஷ்ணன், அநுத்தமா போன்றவர்கள் தங்கள் படைப்புகளில் கையாண்ட விஷயம் இது. ஆனால் 'சுதந்திரப் போர்' முற்றிலும் வித்தியாசமான படைப்பு. சொற்கள் பிசிபிசுத்துப்போய்விட்ட ஒரு கட்டத்தில் நாவலின் முக்கிய பாத்திரமான ராஜேஸ்வரி உடைந்துபோகிறாள். அது ஹிஸ்டீரியா என்று கூறப்படுகிறது. அவள் தன் பெற்றோரிடம் வருகிறாள். அவள் தாயார் விசாலம் கணவனிடம் ஹிஸ்டீரியா என்றால் என்ன என்று கேட்கிறாள். அவள் கேள்விப்பட்டது வரை அது புருஷனைப் பிடிக்காமல் போனால் வரும் வியாதி. ஹிஸ்டீரியாவின் சின்னங்கள் திடும் திடும் என்று அழுவது, ஆழ்மன வருத்தத்தில் கத்துவது என்று சொல்லிவிட்டு நீண்ட விளக்கம் ஒன்றைத் தருகிறார் அவர்:

> '...பலவிதமாக அர்த்தம் சொல்லலாம்! ஒரொருத்தருக்கு ஓரோர் விதமிருக்கும். புருஷனைப் பிடிக்காமல் ஹிஸ்டரிக்கலாய் அழலாம் ஒருத்தி. புருஷன் செத்துப்போய்விட்டானே என்று வெறியாய் இருக்கலாம் இன்னொருத்திக்கு. புருஷன் பரஸ்திரீ லோலனாய் இருக்கிறானே என்று வேதனைப்படலாம் மற்றொருத்தி...'

அவர் கூறிக்கொண்டேபோக பொறுமையிழந்து இடைமறிக்கிறாள் விசாலம்: 'என்ன ஒருத்தி ஒருத்தி என்று அடுக்குகிறீர்களே? புருஷர்களுக்கு வரவே வராதோ?'

நாடு சுதந்திரம் அடைந்தால் போதுமா, குடும்பம் என்ற அமைப்பும் சுதந்திரமடைய வேண்டாமா என்ற கேள்வியை எழுப்பும் நாவல் 'சுதந்திரப் போர்.' நவீன குடும்பத்தில் பெண்-ஆண் உறவு எப்படி அமைய வேண்டும்? புக்ககத்தில் புது உறுப்பினராக நுழையும் பெண்ணுக்கு உள்ள உரிமைகள் என்ன? எத்தகைய மொழியை அவள் உபயோகிக்க வேண்டும்? அவள் உண்மையைப் பேச வேண்டுமா, சாமர்த்தியமாகப் பேச வேண்டுமா, இல்லை பொய் பேச வேண்டுமா? எவ்வளவு பொறுமை எவ்வளவு மீறலை அவள் கடைப்பிடிக்க வேண்டும்? எவ்வளவு ஒத்துப்போதல், எவ்வளவு எதிர்ப்பு அவள் காட்ட வேண்டும்? மனைவிக்குக் கணவனுடன் இருக்கும் உறவில் உணவு என்ன பங்கு வகிக்கிறது? தன் உடலுக்கும் அதில் கிளர்ந்துவரும் இச்சைகளுக்குமான இடத்தை ஒரு பெண் குடும்பத்தில் எந்த இடத்தில் வைக்கவேண்டும்? அவள் உடல் அவளுடையதா இல்லை குடும்பத்துக்கானதா? நோய்வாய்ப்பட அவளுக்கு உரிமை உண்டா? சொற்களாலும் சைகைகளாலும் பேச முடியாமல் போகும்போது அவள் வாய்விட்டு அழுதால் அது நோயின் சின்னமா?

இந்தக் காலத்திலும் சர்ச்சைக்குரிய கேள்விகளாய் இருப்பவை இவை. அன்பு, தியாகம், தாய்மை போன்ற சொற்களால் கட்டப் படும் தூய பிம்பமாக உருவாக்கப்படும் குடும்பம் என்ற கோட்டையின் உண்மை பிம்பத்தைத் திறந்து காட்டி அதிலுள்ள ஓட்டைகளையும்அதன் அஸ்திவாரத்திலுள்ள கட்டுமான பலவீனங் களையும் மிகவும் துல்லியமாகக் காட்டும் நாவல் 'சுதந்திரப் போர்.' நாவலின் முடிவில் கணவனுக்கு எழுதி தன்னைக் கூட்டிப்போகு மாறு சொன்னாலும் அவள் மனத்தினுள் எதுவும் இன்னும் முற்றிலும் பொருந்தி வரவில்லை. எந்த இறுதி முடிவோ பதிலோ 'அவர்கள் சந்தோஷமாக வாழ்ந்தார்கள்' என்ற சுபமான இறுதிக் கட்டமோ இல்லாமல் எதையும் இறுதியாகவோ அறுதியாகவோ கூற முடியாது என்ற ஒரு திறந்த நிலையில் நாவல் முடிகிறது.

இந்தக் கட்டத்தின் இன்னொரு முக்கியமான எழுத்தாளர்களில் ஒருவர் சரோஜா ராமமூர்த்தி. முப்பதுகளின் இறுதி ஆண்டுகளில் எழுத ஆரம்பித்து எதிர்க் கேள்விகளைத் தைரியமாகக் கேட்டவர். தொடர்ந்து எழுதியவர். 16 வயதில் சரோஜா தன் முதல் கதையை எழுதினார். தாயில்லாப் பெண்ணாக, மிகவும் கட்டுப்பாட்டுடன் தன் பாட்டியால் வளர்க்கப்பட்ட சரோஜா, தன் மன ஆழத்தில் இருந்த கேள்விகளைக் கதைகளாக்கினர். கதைகள் எழுதுவதன் மூலம் பெற்ற ஒரு நபரைக் காதலித்தார். அதற்குத் தடைகள்

விதிக்கப்பட்டபோது தன் மாமாவுடன் பம்பாய் வந்தார். பம்பாயில் சுதந்திரப் போராட்டத்தில் கலந்துகொண்டு சிறை சென்றார். பிறகு எல்லோரையும் எதிர்த்துத் தன் காதலனைக் கைப்பிடித்தார். அவரும் து.ராமமூர்த்தி என்ற பெயரில் எழுதி வந்த பிரபலமான எழுத்தாளர்தான். 1956ல் 'இருளும் ஒளியும்' என்ற மிக வித்தியாச மான பெண்பாத்திரத்தைக் கொண்ட நாவலை எழுதினார் சரோஜா. கலைஞரான பெண் ஒருத்தியைப் பற்றிய இந்த நாவலில் வரும் பெண் திருமண வாழ்க்கையும் கலை வாழ்க்கையும் ஒன்றுக்கொன்று முரணானவை என்று கருதுகிறாள். திருமணம் புரிந்துகொள்ளாமல் தனியாக இருக்க முடிவெடுக்கிறாள். பின்பு எழுதிய சில கதைகளில் அவர் சமூக சேவை செய்யும் பெண்களையும் அவர்கள் வீடு அலங்கோலமாக கவனிக்கப்படாமல் இருப்பதை ஏளனமாகக் குறிப்பிட்டும் பெண்களின் உலகம் திருமணமான பின் குடும்பத்துக்கு எல்லாவிதத்திலும் தழைந்து போவதுதான் என்ற ரீதியிலும் எழுதினாலும் சரோஜா உறுதியான கொள்கைகள் உள்ளவராகவே இருந்தார். வியாபாரப் பத்திரிகைகளுக்காகவும், அன்றாடக் குடும்ப வாழ்வு ஏற்படுத்தும் வரையறைகளாலும் அவர் எழுத்து சற்று நீர்த்துப்போனது என்று கொள்ளலாம். ஆனால் 'நவராத்திரிப் பரிசு' (1947) தொகுப்பில் உள்ள 'மீனாட்சியின் வீணை' போன்ற கதைகளில் அவர் குடும்பத்தில் பெண்ணின் நிலையையும் அதில் ஒட்டியுள்ள இயலாமையையும் வெகு துல்லியமாக நோக்குகிறார். கதையின் பெயர் 'மீனாட்சியின் வீணை' என்றிருந்தாலும் கதை என்னவோ மீனாட்சியின் வாழ்க்கையில் இல்லாமல்போன வீணையைப் பற்றியது. புழுதி படிந்து மீட்டப்படாமல் கிடக்கும் வீணையைச் சுற்றி பிறப்பு, இறப்பு, சடங்குகள், திருமணங்கள், பயணங்கள் எல்லாம் நடை பெறுகின்றன. ஆனால் வாசிக்கப்படாத அந்த வீணையின் மௌனம்தான் மீனாட்சியின் வாழ்க்கையின் மௌனம்.

இதே ஆண்டுகளில் எழுத ஆரம்பித்துப் பின் எழுதிக் குவித்தவர் ராஜம் கிருஷ்ணன். பெண்ணிய எழுத்தாளர் என்று பொதுவாக அறியப்பட்டவர். இவரைப் பற்றித் தனிப் புத்தகமே எழுதக்கூடிய அளவு எழுதியவர். சிறுகதைகள், நாவல்கள் மட்டுமல்லாமல் பெண்ணியக் கட்டுரைகளையும் எழுதியவர். கள ஆராய்ச்சி செய்து தன் நாவல்களை எழுதியவர். கூட்டுக் குடும்பம் ஒன்றில் இரண்டாவது மருமகளாக வாழ்க்கைப்பட்ட இவர் முதன்முதலில் எழுதிய கதை, இரண்டாம் உலக யுத்த ஆண்டுகளில் பெண்கள் நல மன்றம் ஆரம்பித்த பத்திரிகை ஒன்றில்தான். அதன் பிறகு 'வெள்ளி மணி' போன்ற பல பத்திரிகைகளில் எழுதினார். 1950ல் *New York*

*Herald Tribune* நடத்திய பரிசுப்போட்டி ஒன்றில் ஆங்கிலத்தில் 'Needle and Sense' என்ற தலைப்பில் எழுதிப் பரிசு வாங்கிப் பின் 'ஊசியும் உணர்வும்' என்று தமிழில் மொழிபெயர்க்கப்பட்ட கதைதான் இவர் வாங்கிய முதல் பரிசு. 1948ல் 'சுதந்திர ஜோதி' என்ற நாவல் வெளியாகியது. 1953ல் கலைமகள் பத்திரிகையின் நாராயணசுவாமி ஐயர் பரிசு பெற்ற நாவலான 'பெண் குரல்' முதன்முதலாகப் பெண்ணின் குரல் என்ற சொற்களைத் தலைப்பாக்கியது. 1948ல் பெண் உள்ளம் என்ற தலைப்பில் ராஜம் ராமமூர்த்தி எழுதியிருந்தாலும் அது தன் சமூக சேவையாலும் முதிர்ச்சியாலும் ஓர் ஆணின் மனத்தைக் கவர்ந்த பெண்ணின் காதல் கதை போலவே அமைந்தது. ஆனால் 'பெண் குரல்' குடும்ப அமைப்பில் தனிமைப்பட்டுப்போன, அதிலிருந்தும் அந்நியமானவளாகத் தன்னை உணர்ந்த பெண்ணைப் பற்றியது.

சமூகத்தில் ஒடுக்கப்பட்டவர்களின் வாழ்க்கை, கடலையும் மலைகளையும் ஒட்டி அமைந்த வாழ்க்கை முறையில் உள்ள காதல், தவிப்பு, இயலாமை, சோகம், இவற்றுள் கட்டுண்டும் சிதைந்தும் போகும் உறவுகள், அவற்றில் உழன்றும் அவற்றிலிருந்து எழுந்தும் வரும் பெண்களை ராஜம் கிருஷ்ணனின் கதைப் பெண்கள் எனலாம். உப்பளத்தில் வேலை செய்யும் பெண்கள், அணைக்கட்டு ஒன்று கட்டப்படும்போது அதில் கட்டப்படும் வாழ்க்கைகள், நாட்டு அரசியல் அமைக்கும் பெண்ணின் வாழ்க்கை என்று பல தளங்களில் எழுந்த படைப்பு முயற்சிகள் அவருடைய எழுத்து முயற்சிகள். அவரால் தஞ்சாவூர் போய் சகதியில் நின்று உழைக்கும் குடியானவர்களைப் பற்றி எழுத முடியும் (*சேற்றில் மனிதர்கள், 1982*); கோவா சென்று கோவாவின் சுதந்திரம் பற்றி எழுத முடியும் (*வளைக்கரம், 1969*); உப்பளத்தில் வேலை செய்யும் பெண்கள் பற்றி எழுத முடியும் (*கரிப்பு மணிகள், 1979*). அரசியல்வாதிகள் மறந்துபோன பெண்கள் பற்றி எழுத முடியும்; ஒரு மருத்துவர் வாழ்க்கையை எழுத முடியும்; ஒரு கவிஞரின் வாழ்க்கையையும் எழுத முடியும். பாரதி பற்றியும் (*பாஞ்சாலி சபதம் பாடிய பாரதி, 1983*), டாக்டர் ரங்காச்சாரி (*டாக்டர் ரங்காச்சாரி*) பற்றியும் மணலூர் மணியம்மா (*பாதையில் படிந்த அடிகள், 1991*) பற்றியும் அவர் எழுதியது அப்படித்தான். வாழ்க்கைச் சரிதைகள் எழுதுவது பெண்ணின் சரித்திரத்தை அறிந்துகொள்ளும் முயற்சி என்றே அவர் கருதினார்.

'முள்ளும் மலர்ந்தது' எழுதியதைப் பற்றியும் மணியம்மாள் வாழ்க்கை பற்றி அறிய அவர் மேற்கொண்ட பயணங்கள் பற்றியும்

அவர் பேசியிருக்கிறார். சம்பல் பள்ளத்தாக்குகளில் இருந்த கொள்ளைக்காரர்கள் 1973ல் சரணடைந்ததும் அது பற்றி எழுத விழைந்தார். கொள்ளைக்காரர்கள் இருக்கும் இடத்துக்குப் போய் பலரைச் சந்தித்து மாலை வேளைகளின் மருட்டும் அமைதியில் பாறைகளினூடே நடந்தது எப்படிப்பட்ட பயம் தரும் அனுபவமாக இருந்தது என்பதைச் சொல்லியிருக்கிறார் ஒரு பேட்டியில். எல்லோரும் பெயரைக் கேட்டாலே நடுங்கிய மான் சிங்கின் மகனிடம் பேசி, பல நூலகங்களில் ஆராய்ச்சி செய்தபின் எழுதிய கதை 'முள்ளும் மலர்ந்தது.' அதே போல் கிழக்குத் தஞ்சை மாவட்டத்தில் குடியானவர்களைப் பற்றி கள ஆராய்ச்சி செய்யப் போனபோதுதான் மணலூர் மணியம்மா பற்றிக் கேள்விப் படுகிறார். பாப்பம்மாள் என்ற சுதந்திரப் போராளி வீட்டில் கிடைத்த புகைப்படங்கள் ஒரு புதையலைப்போல் உதவின. 1940ல் ஜனவரி 26ம் தேதி ஒரு வீதி ஊர்வலத்தில் வெட்டப்பட்ட முடியுடன், ஆண்களைப்போல் வேட்டியும், கதர் ஜிப்பாவும் அணிந்து தோளில் துண்டுடன் அப் புகைப்படத்தில் இருந்தார் மணியம்மாள் என்ற புரட்சிக்காரியான பிராமண விதவை. எல்லோரும் மறந்துபோன பெண்மணியை, மறந்துபோன சரித்திரத்தை மீண்டும் எழுதினார் ராஜம் கிருஷ்ணன்.

'குறிஞ்சித் தேன்' (1963), 'கரிப்பு மணிகள்' (1979), 'அமுதமாகி வருக', 'வேருக்கு நீர்' (1972), 'வளைக்கரம்' (1969), 'முள்ளும் மலர்ந்தது' (1974), 'ரோஜா இதழ்கள்' (1973), 'வீடு' (1977) போன்ற நாவல்கள், வாழ்க்கையின் பல அடுக்குகளை, பல்வேறு நிலை களை, பல்வேறு பட்டறிவு வெளிகளை ஆராய்ச்சிக்கு உட்படுத்தி அவற்றில் பெண்ணின் இருப்பைக் குறித்து எழுதப்பட்டவை. பெண் நிலை, குழந்தைத் தொழிலாளிகள், பெண்சிசுக் கொலை என அவர் எழுதாத விஷயங்களே இல்லை எனலாம். அவருடைய அனைத்து எழுத்துகளுக்கும் முத்தாய்ப்பாக அமைந்தவை 1991ல் எழுதிய 'காலம்தோறும் பெண்' புத்தகமும், 1995ல் 'இந்திய சமுதாய வரலாற்றில் பெண்மை' என்ற தலைப்பில் அவர் எழுதிய பெண்ணியக் கட்டுரைகளும், 'உத்தரகாண்டம்' (2002) நாவலும் எனலாம். 'உத்தர காண்டம்' பெண்களையும் பெண்களின் குரல் களையும் தன் வாழ்நாள் முழுவதும் தொடர்ந்து ராஜம் கிருஷ்ணன் மையப்படுத்திய செயலின் உச்சிமுனை என்று சொல்லக்கூடிய முயற்சி.

அவரது பெண்ணியக் கட்டுரைகள் பல மாயாவாதங்களை உடைக் கின்றன. புராணங்கள், காப்பியங்கள் இவற்றில் உள்ள பெண்கள்,

மதங்கள் பெண்களை நோக்கும் விதங்கள், பெண்கள் பண்டங்களாகிப் போனது என்று பல முக்கியமான விஷயங்களைக் கூறுகின்றன கட்டுரைகள். பெண்ணின் கருப்பையின் செயல்பாட்டால் அவள் ஒடுக்கப்படுவதும், ஆண்களின் ஏகபோக உரிமையாகப் பார்க்கப்படுவதும் அதே ஆண்களே இவர்களை உய்விப்பதற்காக முன்வரும் அவல நிலையையும் தெளிவாகப் பல எடுத்துக்காட்டுகளுடன் கூறுகின்றன இந்தக் கட்டுரைகள்.

இத்தனை கட்டுரைகள் எழுதியும் தான் பெண்களைப் பற்றிச் சொல்ல வேண்டிய எல்லா விஷயங்களையும் கூறவில்லை என்று நினைத்திருக்கலாம் ராஜம் கிருஷ்ணன். ஆகவேதான் 2002ல் தன் 78ம் வயதில் எழுதுகிறார் 'உத்தர காண்டம்' நாவலை. தரம் குறைக்கப்பட்ட மனித வாழ்க்கைகளும் கைவிடப்பட்ட காந்தியக் கருத்துகளும் பற்றிய கதை என்று 'உத்தர காண்டம்' நாவலைக் கூறலாம். 78 ஆண்டு கால வாழ்வில் தான் அறிந்த அனைத்து மனிதர்களையும் விஷயங்களையும் பற்றிய நாவல் இது என்று முன்னுரையில் கூறுகிறார். தாய், தாய்க்குலம் என்று போற்றப்பட்டாலும் இழிநிலைக்குத் தள்ளப்பட்டிருக்கிறார்கள் பெண்கள் என்று நினைக்கும் ராஜம் கிருஷ்ணன், ஏய்க்கும் அரசியல்வாதிகள், தாங்கள் நம்பிக்கை வைத்திருக்கும் சுதந்திரப் போராட்ட கால லட்சியங்களுக்காக உயிரையும் விடத் தயாராக இருக்கும் சில பெண்களும் ஆண்களும், இவர்களைச் சுற்றிச் சுழலும் போராட்டங்கள் நிரம்பிய வாழ்க்கை இவற்றை மையமாக்குகிறார் 'உத்தர காண்டம்' நாவலில். அரசியல் வாழ்க்கையின் விரசங்களில் மூழ்கியிருக்கும் ஒரு மகனைப் பெற்ற காந்தியவாதியான தாயம்மா என்ற தாய் முடிவில் பல வகைகளில் சுரண்டடப்பட்ட உழைப்பாளி வர்க்கத்தைச் சேர்ந்த இளம் பெண்ணுடன் தான் வளர்ந்த கிராமத்துக்கே போவதுதான் நாவலின் கதை. காந்தியக் கருத்துகளில் தான் கொண்ட நம்பிக்கையையும் பெண்களால்தான் நாட்டு நிலைமை மாறும் என்பதையும் மீண்டும் அழுத்தமாகக் கூறுகிறார் இந்த நாவலில்.

ஐம்பதுகளில் எழுத ஆரம்பித்த இன்னொரு முக்கியமான எழுத்தாளர் ஆர். சூடாமணி. சூடாமணியின் தாயார் கனகவல்லி கலைஞர். ஓவியம் தீட்டுவார். சிற்பங்கள் செய்வார். நான்கு பெண்களும் ஒரு மகனும். சூடாமணி மூன்றாவதாகப் பிறந்தவர். குழந்தை பெரிய கண்களும், சுருட்டை முடியுமாய் வெகு அழகாய் இருந்தது. அம்மை குத்த மனம் வரவில்லை. மூன்று நான்கு வயதில் அம்மை நோய் தாக்கியது. அம்மைப்பால் அத்தனையும் எலும்புப் பூட்டுகளில் இறங்கியது. டாக்டர் ரங்காச்சாரி உயிர் பிழைக்க

வைத்தார். ஆனால் வயதுக்கேற்றபடி உடல் வளர்ச்சி இல்லாமல் போயிற்று. தன் பெண் வேறு எந்தக் குறையும் இல்லாமல் வளர வேண்டும் என்று தீர்மானித்த கனகவல்லி, சூடாமணிக்கு ஓவியம் தீட்டவும் பாடவும் பயிற்சி அளித்தார். வீட்டிலேயே படித்தார் சூடாமணி. 'மகரம்' என்ற பெயரில் எழுதி வந்த எழுத்தாளர் சூடாமணிக்குத் தமிழ் கற்றுக் கொடுத்தார். சூடாமணியின் 'பரிசு விமர்சனம்' என்ற முதல் கதை தினமணி கதிர் பத்திரிகையில் 1954ல் வெளிவந்தது. அடுத்து ஒரு கதை 'காவேரி' 1957ல் வெளியாகியது. அதே ஆண்டு கலைமகள் பத்திரிகையின் வெள்ளி விழா விருதும் கிடைத்தது. இதன் பிறகு சூடாமணியின் 'மனத்துக்கினியவள்' நாவல் கலைமகள் நாராயணசாமி ஐயர் நாவல் போட்டியில் முதல் பரிசைப் பெற்றது.

சூடாமணி அதன் பிறகு மிகவும் அமைதியான முறையில் எழுத்துலகில் தன்னை ஸ்தாபித்துக்கொண்டார். கூச்சலோ கூக்குரலோ இல்லாமல், எந்தவிதப் பிரகடனங்களும் இல்லாமல், தனக்கென இலக்கியத்தில் ஓர் இடத்தை மெல்ல ஏற்படுத்திக்கொண்டார். அவர் எழுத்திலும் முறையீடுகளும் மாரடிப்புகளும் பிரசங்கங்களும் மார்தட்டல்களும் இருக்காது. மானிட வாழ்க்கையின் பல்வேறு நிலைகளை, அதில் பெண்கள், ஆண்கள், குழந்தைகள், மற்றும் மென்மை உணர்வுகள் உயிர்ப்பதையும் அழிவதையும் அவர் கதைகள் எந்தவித மிகையும் இல்லாமல் தொட்டுச் சென்றன. அவருடைய கதாபாத்திரங்கள் மிகவும் மென் உணர்வுகள் கொண்டவர்கள். மிகவும் பசியுடன் தன்னைக் கத்தியால் தாக்கிய இளைஞனின் பசியைப் புரிந்து கொண்டு இறுதி மூச்சிலும் அவனிடம் தன் சட்டைப்பையில் பிஸ்கோத்து இருப்பதைச் சொல்லும் நபர் ஒருவர் அவருடைய கதை ஒன்றில் வருவார். நட்சத்திரங்களைப் பார்க்க ஆசைப்படும் பெண்ணொருத்தியை யாரும் புரிந்துகொள்ளாமலேயே இருந்து விடுவார்கள். இறக்கும்போது 'நட்சத்திரங்கள்' என்று அவள் கூறுவதை எதிரிலிருந்த நபரின் புடவையில் உள்ள நட்சத்திரப் புட்டாக்களைக் குறிப்பிடுகிறாள் என்று நினைப்பார்கள். உடல்நலம் குன்றி இருந்தாலும் கணவனின் கயமையை ஏற்காமல் குழந்தையுடன் தன் விடிவை நோக்கிப் பயணப்படுவாள் ஒரு பெண். வாழ்க்கையின் புயலை எதிர்கொண்டு, அதனுடன் சண்டையிட்டு, அதில் வென்றும் தோற்றும் செல்பவர்கள் அவர் கதைகளில் வரும் பெண்கள். சில சமயம் யதார்த்தத்தை மீறி இயங்குபவர்களாகத் தோன்றினாலும், தன் கவிதை தோயும் மொழியாலும், அதீத மென் உணர்வுகளையும் எளிதாக

வெளிக்கொணரும் தேர்ச்சியாலும் அப் பெண்களை பூமியில் கால்களை உறுதியாக ஊன்றி நிற்பவர்களாக்கிக் காட்டியது அவருக்கே கைவந்த கலை. அவர் கதைகளில் வரும் உறவு முடிச்சுகளும் அதில் இறுகிப்போன, சிக்குண்ட பெண்கள் பற்றியும் எழுதும்போது எல்லாவற்றுக்கும் மேலாக மனித நேயத்தைக் கொண்டாட வேண்டியதைப் பதிவு செய்யும் முயற்சிகளாக அவை காணப்படுகின்றன. 'டாக்டரம்மாவின் அறை' போன்ற கதைகளில் வரும் அடங்கிய குமுறல், 'இரவுச் சுடர்' போன்ற குறுநாவலில் வரும் நுண்ணுர்வு கொண்ட பெண்களின் தவிப்பு, 'இருவர் கண்டனர்' நாடகத்தில் குழந்தைப் பிறப்பு எனும் நிகழ்வு இரு பெண்களை இரு வேறு விதமாகத் தாக்கும் விதம் இவை அன்றாட வாழ்வில் மௌனங்களால் மறைக்கப்பட்ட உணர்வுகளை எவ்வளவு கூர்மையாக அவர் கவனித்திருக்கிறார் என்பதைத் தெளிவாகக் காட்டும் கண்ணாடிகளாக இருக்கின்றன.

நாற்பதுகளின் இறுதியிலிருந்து எழுத ஆரம்பித்து எண்பதுகள் வரை எழுதிய இன்னொரு பிரபல எழுத்தாளர் 'லக்ஷ்மி' என்ற பெயரில் எழுதிய டாக்டர் திரிபுர சுந்தரி. படித்த, வேலை செய்யும் பெண்கள் பற்றி, குடும்பத்தில் சரியான தீர்மானங்களைச் செய்வதில் உறுதியாக இருக்கும் பெண்கள் பற்றி, கிராமத்தில் இருந்தாலும் குடும்ப வாழ்க்கையில் முக்கியமான முடிவுகளை எடுத்து, பெண் குழந்தைகள் கல்வி கற்பதற்காகத் தியாகம் செய்த பெண்மணிகள் பற்றி என மத்திய வகுப்புப் பெண்களின் மனத்தில் ஆழப் பதியும் பெண் பாத்திரங்களை உருவாக்கியவர். தன் சொந்தக் கால்களில் நிற்கப் பெரிதும் முயன்று அதில் வெற்றி பெற்றவர். 1940களில் எழுத ஆரம்பித்த இவர் மருத்துவர். மருத்துவரான அவர் தந்தை பொருந்தாத் திருமணத்தில் அவரைத் தள்ள அதிலிருந்து மீண்டு வந்து மருத்துவக் கல்லூரியில் சேர்ந்து, தொடர்ந்து படிக்க உதவும் என்பதால் 'ஆனந்த விகட'னில் கதை எழுதத் தொடங்கியவர். வித்தியாசமான அனுபவங்கள் இருந்ததால் வித்தியாசமான சூழ்நிலைகள் கொண்ட கதைகளையும் மிகவும் திட மனது உடைய பெண்களையும் உருவாக்கியவர். இவருடைய முதல் கதையே ஒரு விதவை கதாபாத்திரத்தை மையமாக்கியது. அவளைக் காதலிக்கும் ஒருவன் அவள் விதவை என்று தெரிய வந்ததும் அவளிடமிருந்து விலகிவிடுவான். பிறகு அவள் மருத்துவரான பிறகு பார்க்கும் சிக்கலான பிரசவம் ஒன்று அவன் மனைவியுடையதாக இருக்கும். இவர் கதைப் பெண்களும், ஒரு நல்ல ஆண்மகனின் உறவுக்கும் திருமணத்துக்கும் ஏங்குபவர்களாக இருந்தாலும், கிராமங்களிலும், நகரங்களிலும் அவர்கள் அனுபவங்களை, உள்ளக்கிடக்கைகளை,

உறவு கொள்வதில் உள்ள குழப்பங்களை லக்ஷ்மி மிகவும் சரியான முறையில் விவரித்தார் எனலாம். குடும்ப அரசியல், குடும்பத்தில் உறுதியான பெண்கள் எடுக்கும் நிலைப்பாடு, நகர-கிராம வேறுபாடுகளும் நடைமுறை வாழ்க்கையில் அவை ஏற்படுத்தும் உறவுச் சிக்கல்களும் எனப் பல தளங்களிலிருந்து பெண்ணின் வாழ்க்கையைப் பார்த்து எழுதியவர். பிரபல பத்திரிகைகளில் வெளிவந்த லகு இலக்கியமாகவும் நாடகத்தன்மை கொண்டவை யாகவும் இருந்தாலும் லக்ஷ்மியின் கதைகள் பொது வெளியில் இயங்கும் பெண்களைச் சித்தரித்தன. படித்த பெண்/படிக்காத பெண், நகரத்துப் பெண்/கிராமத்துப் பெண் போன்ற இருமைகளை இவர் உருவாக்கினாலும் யதார்த்த வாழ்க்கையின் கூறுகளை வெகு துல்லியமாக நோக்கின இவர் கதைகள். திருமணத்துக்குப் பின் ஆப்பிரிக்காவில் குடியேறிய லக்ஷ்மி, அங்கிருந்தும் எழுதினார். திரும்பி வந்ததும் பெரு நகரமாகிவிட்ட சென்னையையும், வெளி நாட்டிலிருந்து வரும் தமிழ்ப்பெண் ஒருத்தி அதில் படும் பாட்டையும் 'ஒரு காவிரியைப் போல' நாவலில் எழுதினார். சாகித்திய அகாடமி விருதை இந்நாவல் பெற்றது. இலங்கையிலும் ஆப்பிரிக்காவிலும் உள்ள சில பத்திரிகைகள் இவரை கிழக்கிலிருந்து வரும் ஜேன் ஆஸ்டின் என்றே குறிப்பிட்டன. இவர் காலமாகி விட்டாலும் இவர் புத்தகங்கள் மறுபதிப்பு ஆகியவண்ணமே இருக்கின்றன. இவரை வாசகர்கள் இன்னும் மறக்கவில்லை.

ராஜம் கிருஷ்ணன், சூடாமணி, லக்ஷ்மி இவர்களின் கால கட்டத்தைச் சேர்ந்தவராக இருந்தாலும் அறுபதுகளில் எழுதியவர் ஹெப்சிபா ஜேசுதாசன். கன்னியாகுமரி மாவட்ட நாடார் இன மக்கள் பேசும் பேச்சுமொழியில் எழுதப்பட்டு 1964ல் வெளியிடப் பட்ட 'புத்தம் வீடு' ஹெப்சிபாவின் முதல் நாவல். பனைமரங்களின் சலசலப்பு, அதனுடன் ஒட்டிய வாழ்க்கை முறை, அதில் ஊடுருவியிருக்கும் சாதி மற்றும் உயர்மட்டக் குடும்பங்களின் திமிர் இவற்றைக் களமாக்கி எழுதியிருக்கும் நாவல் 'புத்தம் வீடு.' நயமும் எளிமையும் சுருங்கச் சொல்லும் தன்மையும் உள்ள நாவல் 'புத்தம் வீடு.' எதையும் உரத்துக் கூறாமல் நயமாகத் தொட்டுவிட்டுச் சென்றுவிடும் அதன் தன்மை அதன் இலக்கிய நயத்தைக் கூட்டுகிறது. சுதந்திரத்திற்கு முன்னால் உள்ள ஆண்டுகளில் குடும்பத்தின் கட்டுப்பாடுகளால் பிணைக்கப்படும் லிஸியின் சிறுவயதுப் பருவத்தை 'சிறை வாசம்' என்ற அத்தியாயத்தில் கூறினாலும், அதில் அந்த வாழ்க்கை முறையின் விவரப் பட்டியல் இல்லை. அவள் வீட்டிலேயே முடக்கப்பட்டு இருப்பதை பழந்தமிழ்ப் பழக்கமான 'இற்செறிப்பு' பழக்கத்துடன்

ஒப்பிடுகிறார். பெண்கள் இவ்வாறு வீட்டினுள் முடங்கிப் போவதைக் கோபத்துடனும் ஆவேசத்துடனும் கூறாமல் எள்ளல் தொனியில் இவ்வாறு கூறுகிறார்:

'…பனவிளைப் புத்தம்வீட்டார்க்குச் சங்ககாலப் பழக்கங்கள் ஒன்றும் தெரியாது. அதற்குள்ள தமிழ் ஞானமும் அவர்களுக்குக் கிடையாது. ஆனால் தலைமுறை தலைமுறையாக வரும் வழக்கம் மட்டும் நன்றாகத் தெரியும். லிஸிக்கு வயது பதினான்கு ஆகிறது. 'பெரிய பிள்ளை' ஆகிவிட்டாள். ஒற்றைத் தாவணி அணிந்து விட்டாள். ஆகையால் இற்செறிப்பு மிகவும் அவசியமாகிவிட்டது. நீங்கள் லிஸியின் முகத்தைப் பார்த்தால் அவள் கண்கள் மட்டும் உங்களிடம் 'ஏன்? ஏன்?' என்று கேட்பது போலிருக்கும். ஆனால் இதற்கெல்லாம் போய்த் துயரப் படாதேயுங்கள். துயரப்பட்டால் தமிழ்நாட்டின் மற்றப் பெண் மணிகளின் துயரங்களுக்கெல்லாம் எப்படி கணக்கெடுக்கப் போகிறீர்கள்?…'

இப்படி எல்லா விவரங்களும் சூசகமாகவே வெளிப்படுகிறது நாவலில். நொடித்துப்போன குடும்பத்தின் நிலை, அதிலுள்ள குடித்துக்கொண்டும், மிரட்டிக்கொண்டும் இருக்கும் உபயோக மில்லாத இரு மகன்கள், குலப்பெருமையை மட்டும் நினைவில் வைத்துக்கொண்டு இன்னமும் அதன் பெருமிதத்தில் இருக்கும் உடல் நலிவுற்ற வயோதிகர் ஒருவர், இந்தக் காலி பெருங்காய டப்பா குடும்பத்தின் அத்தனை வீட்டு வேலைகளையும் செய்யும் பெண்கள் என்று அனைத்து விவரங்களும் பெரியதொரு கித்தானில் அடர்த்தியான வண்ணங்களோ, செதுக்கப்பட்ட உருவ அமைப்போ இல்லாத கீற்றோவியங்களாக உருப்பெறுகின்றன. தலையணைப் பையில் பஞ்சைத் திணிப்பது போல் விவரங்களைத் திணிப்பது எளிது. ஆனால் கீற்றுகள், கோடுகள், புள்ளிகள் இவற்றைக் கொண்டு ஒரு பிரும்மாண்டமான உலகின் தன்மையை வெறும் சூசகங்களாக உருவாக்குவது அவ்வளவு எளிதல்ல. ஹெப்ஸிபா சொல்வதை வைத்து அல்ல, சொல்லாமல் விடுப்பதை வைத்து நாவலின் வீச்சு அமைகிறது. இதில் வரும் காதலும் அந்த மாதிரி ஒரு சூசகம்தான். காதல் என்ற சொல்லே பேசப்படாத காதல். 'நல்ல கீரை விதை இருக்கிறது. வேணுமா?' என்று கேட்டு ஒரு பெண்ணின் மனத்தை அறிய முயலுவது, அவள் கீரை விதையை வாங்கிக் கொண்டு தன் மனத்தை வெளிப்படுத்துவது எல்லாம் அந்தி மாலையில் தெரியும் நிழலுருவங்களாய், தீர்க்கமாக, அசைவு களுடன் ஆனால் பளீரென்று முகத்தில் அறையாமல் உருவாகின்றன. அந்தக் காதல், பனையேறிகள், முதலாளிகள்,

ஒடுக்கப்படும் பெண்கள், வர்க்கத் திமிர் எல்லாவற்றையும் திருப்பிப் போடப்போகும் காதல். அழுகையுடனும், தவிர்க்க முடியாத ஒன்றை ஏற்றுத்தானாக வேண்டும் என்ற தோல்வி உணர்வுடனும், லிஸிக்கு வேறு கதியில்லை என்பது போலவும் குடும்பமும் அக்கம்பக்கத்தவர்களும் இந்தக் காதலை ஏற்றாலும், இளம் உபதேசி, பனையேறிகள் குடும்பத்தினரின் தலைமுறைத் தொழிலை மாற்ற வந்த டாக்டர், இவர்கள் இருவரும் அதிகம் பேசாமலேயே லிஸி-தங்கராஜ் காதல், இனி வரப்போகும் காலத்தின் பெரிய மாற்றம் ஒன்றின் சூசகம் என்று சொல்லிவிடுகிறார்கள். லிஸி சிறு வயதில் தங்கராஜின் புத்தகத்தில் மறைத்து வைத்துக் கொடுத்த மயிற்பீலியைப் போல் பல சரித்திர மாற்றங்களைத் தன்னுள் ஒளித்து வைத்திருக்கும் காதல் இந்தக் காதல்.

புத்தம் வீட்டின் அருகே ஒரு பனையேறி ஓர் ஏக்கர் நிலம் வாங்கியாகி விட்டது. அவர் மகன் புத்தம் வீட்டின் மகளை மணக்கப் போகும் காலமும் வந்துவிட்டது. இளம் உபதேசி ஒருவர் பனையேறிகளின் சார்பாக பேச வந்தாயிற்று. அந்தக் காலத்து எண்ணங்களின் ஆணிவேராகத் தன்னைப் பாவித்துக்கொண்ட முதியவர் ஒருவர் விலகி வழிவிட்டாயிற்று. லிஸி புன்னகை பூக்க ஆரம்பித்தாயிற்று. அது வெறும் புன்னகை இல்லை. அவள் மனத்தின் அழகையே அவள் முகம் மூலம் காட்டும் புன்னகை. சமையலறை இருட்டிலும் வீட்டின் இருண்ட பகுதிகளிலும் இருந்துகொண்டு, இதுவரை புன்னகையே பூக்காத அவள் முகத்தில் புன்னகை மலர்ந்து அவளை அழகியாக மாற்றுகிறது. 'புத்தம் வீடு' வெறும் காதல் கதை இல்லை; ஒரு யுக மாற்றத்தின் குறியீடு என்றுதான் சொல்ல வேண்டும்.

அதன் பிறகு வந்த 'டாக்டர் செல்லப்பா' (1968), 'அனாதை' (1978) 'மானீ' (1982) நாவல்களும் சிறப்பாக எழுதப்பட்டிருந்தாலும் இலக்கிய உலகில் அதிகம் பேசப்படவில்லை. ஆனால் 'புத்தம் வீடு' ஓர் உதாரண நாவலாக இன்றுவரை இருக்கிறது.

டெல்லியில் வாழ்ந்த கிருத்திகா இந்தக் கட்டத்தின் கணிப்பில் எடுக்க வேண்டிய இன்னொரு எழுத்தாளர். தன் படைப்புலகம் பற்றி மிகவும் தெளிவாக இருந்தவர். அவரை நான் படிக்க முற்பட்ட போது ஆச்சரியம் கலந்த ஓர் உணர்வு ஏற்பட்டது. அரசியல் பற்றியும் நாடு பற்றியும் இந்தக் கட்டமைப்பில் உருவாகும் உறவுகள் பற்றியும் வித்தியாசமான நடையில் அங்கதம், நகைச் சுவை, மனோதத்துவம் இவை கலந்து எழுதிய இலக்கியவாதி.

பத்தினி என்பவளை மனோதத்துவரீதியில் அவர் தன் 'மனதிலே ஒரு மறு' என்ற நாடகத் தொகுப்பில் பார்க்கிறார். பத்தினி ஒருத்தி தன் பத்தினித்தன்மையைத் தனக்கு முக்கியத்துவம் கொடுக்கும் ஒன்றாகப் பயன்படுத்தும்போது, அதனால் இயற்கையை மாற்ற முயலும்போது அவள் அடைவது தோல்விதான் என்ற நோக்கில் நாடகம் எழுதினார். காப்பியங்களிலிருந்து அவர் இதற்காகத் தேர்ந்தெடுத்த பத்தினிகள் சாவித்திரியும் கண்ணகியும். சாவித்திரி தன் பத்தினி எனும் சாதுரியத்தால் விதியை மாற்ற முயல்கிறாள். கணவன் உயிர் காப்பாற்றப்பட்டுவிடுகிறது. ஆனால் அவளுக்கு நன்றிக்கடன் பட்டதால் தன் சுயம் பறிபோனதுபோல் அவன் உணர்கிறான். கடைசியில் யமனை அழைத்து தலைவிதியின்படி தான் நடப்பதாகவும் கணவன் உயிரைப் பறிக்கும்படியும் கூறுகிறாள். அவர் தேர்ந்தெடுத்த இன்னொரு பத்தினி கண்ணகி. கோவலன் மீண்டும் உயிர்பெற வேண்டுமென்று அவள் விரும்புவது அவனைக் காதலித்ததால் அல்ல; தன் பத்தினித்தன்மையில் அவனைக் கட்டிப்போடத்தான் என்று போகும் கதை. கடைசியில் கோவலன் தன் சுயத்தை இழப்பதைவிட சாவதே மேல் என்று திரும்பும். இரண்டு நாடகங்களிலும் ஆணின் அகந்தை முக்கியமான ஒன்றாக இருந்ததாக எனக்குப் பட்டது. அது என் நோக்கு. கிருத்திகாவைப் பொருத்தவரை இயற்கையின் நியதிகளை மீற நினைக்கும் எவரும் விபரீதங்களையே சந்திக்க நேரும் என்ற நோக்கில் எழுதியிருக்கலாம். பண்பாட்டுத் தளங்களையும் வேர்களையும் முற்றிலும் களைந்துவிட்டுப் புது உலகம் ஒன்றை உருவாக்க முடியாது என்று அவர் தீவிரமாக நம்பினார்.

மகாபாரத அரசியலை ஆதாரமாக்கி எழுதிய அவரது 'தர்மக்ஷேத்ரே' *(1969)* நாவலில் முற்றும் துறந்த ஞானி ஒருவர் அரசியல் தலைவராகும்போதுதான் நாடு ஊழல், லஞ்சம் போன்ற விஷயங்களிலிருந்து விடுபட முடியும் என்று ஒரு கற்பனை நாட்டை உருவாக்கிக் கூறினார். மிகவும் வித்தியாசமான காட்சிகளுடன் உருவாகிக்கொண்டு போகும் நாவல் அது. ஒரு கட்டத்தில் திகம்பர சாமிகள் தெருவில் போராட்ட ஊர்வலம் போவார்கள். அவர்களைப் பார்க்கக் கூட்டம் கூடும். 'பார்ப்பதற்கு விசேஷமாக ஒன்றுமில்லை. பீமசேனனையொத்த நல்ல ஆஜானுபாகுவான மனிதர்கள். தலையில் மாத்திரம் அல்லாமல் எங்கும் ரோமம். வீசிவீசி நடக்கும்போது அவர்களுடைய மகத்தான ஜனனேந்திரியங்கள் தொங்கத்தொங்க ஆடின...' என்று வெகு இயல்பாக விவரித்துக் கொண்டு முன்போகும் நாவல். *1969*ல் இப்படி அரசியலைக் காப்பியம் கலந்த கற்பனையாக உருவாக்கியவர்கள் வெகு சிலரே.

இருபத்து ஒன்றாம் நூற்றாண்டில் முடியும், *1971*ல் எழுதப்பட்ட 'புதிய கோணங்கி', கிருத்திகாவின் அரசியல் எதிர்காலம் பற்றிய கற்பனையின் முடிவு எனலாம். ஆன்மிகத்தில் மிக உயர்ந்த நிலையை எட்டியவர்கள் மட்டுமே பல முரண்பாடுகளைக் கடந்து ஒரு நாட்டை உண்டாக்க முடியும் என்ற முடிவு இந்த நாவலில் வந்துவிடும். இந்த நம்பிக்கையைக் கிருத்திகா கடைசிவரை இழக்கவில்லை. காரணம் அவருடைய 'வாஸவேச்வரம்' *(1960)* நாவலின் இரண்டாம் பதிப்பில் மீண்டும் இத்தகைய நம்பிக்கையை வலியுறுத்துகிறார்:

> 'வாழ்க்கையையும் சடங்குகளையும் இணைக்க முடியாமல் போய்விட்டால் நம் இளைஞர்கள் வாழ்க்கைக்கு ஓர் அர்த்தத்தையும் சுயகௌரவத்தையும் தேடி எங்கேதான் போக முடியும்? அழகியல்ரீதியான இவ்வியக்கத்தின் மூலம் புதியதோர் ஆன்மாவின் வளர்ச்சி, நமக்கான புதியதோர் ஆளுமையின் அடையாளம் சாத்தியப்பட முடியும்... மனித இருப்பின் நிஜமான அர்த்தத்தை எட்டிப்பிடிக்கும் புனிதமான, மகிழ்ச்சிகரமான செயலில் மீண்டும் ஈடுபட நம்மால் முடியும்.'

'வாசவேச்வர'த்தில் வரும் தன் பெண் கதாபாத்திரங்களைப் பற்றிக் கூறும்போது, 'என் கதைப் பெண்கள் ஊமையாகத் துன்பத்தை ஏற்பவர்கள் அல்ல. அவர்கள் உறுதியானவர்கள்; திருமணத்தில் ஏற்படும் திருப்தியின்மை குறித்துத் திறந்து பேசுபவர்கள். சில சமயம் தங்கள் அந்தரங்கத் தேவைகள் பூர்த்தியாகாததைப் பற்றிக் கூட அவர்கள் பேசுகிறார்கள்' என்று கூறுகிறார் ஒரு பேட்டியில்.

•

# மூன்றாம் கட்டம்

இந்தக் கட்ட எழுத்தாளர்கள் அறுபதுகளில் எழுதத் தொடங்கி இன்னும் எழுதிக்கொண்டிருப்பவர்களும், அதற்குப் பின்வரும் இரு தசாப்தங்களில் எழுத ஆரம்பித்தவர்களும். சிறுகதைகள், நாவல்கள் இரண்டையும் எழுதியவர்கள். சிலர் பிரபல பத்திரிகைகளில் தொடர்ந்து எழுதிப் பெரும் புகழ் பெற்றவர்களானாலும், பெண் நிலை குறித்து தீவிரமாக யோசித்தவர்கள். அது குறித்த சிந்தனை களைத் தம் எழுத்திலும் கொண்டுவந்தவர்கள்.

சிறு நகரம் ஒன்றில் ஒரே ஒரு பள்ளிதான் இருந்தது. அதுவும் ஆண்களுக்கான பள்ளி. ஆனால் அந்தச் சிறு நகரத்தில் வாழ்ந்த லட்சியவாதி ஒருவர், தன் மகளை அந்தப் பள்ளிக்கு அனுப்பினார். வயதுக்கு வந்தபின் பெண்கள் வெளியே வராத இடத்தில் அவர் இந்தப் புரட்சியைச் செய்தார். அந்தச் சிறுமி பிற்காலத்தில் ஜோதிர்லதா கிரிஜா என்ற எழுத்தாளராக மலர்ந்தார். கிரிஜா தன் விருப்பப்படி வாழ அவர் தந்தை அவரைப் பயிற்றுவித்தார். ஒருமுறை இன்னொரு ஊருக்குச் சென்று பரீட்சை எழுத நேர்ந்தது. உறவினர் வீட்டில் தங்குவதாக ஏற்பாடு. கிரிஜாவுடன் படித்த ஒரு மாணவனும் அதே பரீட்சையை எழுதப் போவதாக இருந்தது. அந்த ஊரில் யாரையும் தெரியாத நிலையில் இருந்த மாணவனிடம் கிரிஜா தன் உறவினர் வீட்டிலேயே தங்கும்படிக் கூறி, தந்தையிடம் அனுமதி கேட்க, தந்தை சற்றுத் தயங்கினார். எதிர்காலத்தில் கிரிஜாவின் திருமண விஷயத்தை இது பாதிக்கலாம் என்று அவர் கூற, 'இது தவறு என்று நினைக்கும் ஒரு நபர் என்னைத் திருமணம் செய்துகொள்ள மறுப்பது குறித்து நான் கவலைப்பட வேண்டுமா?' என்று அப்பாவிடம் கேட்டார் கிரிஜா. தந்தை உடனே சக மாணவன் உறவினர் வீட்டில் தங்கச் சம்மதம் தந்தார்.

கிரிஜா முதலில் 'ஜிங்லி' என்ற குழந்தைப் பத்திரிகையில் எழுதினார். பிறகு பல குழந்தைகளுக்கான கதைகள் எழுதிய பிறகு தன் 32ம் வயதில்தான் பெரியவர்களுக்கான கதைகளை எழுத ஆரம்பித்தார். 1968ல் கலப்புத் திருமணத்தை மையமாக்கிய 'அரியும் சிவனும் ஒண்ணு' என்ற குறுநாவலை எழுதினார். சாதி முதலிய கட்டுப் பாடுகளில் முற்றிலும் நம்பிக்கை இல்லாதவர் கிரிஜா. சமூகக் கட்டுப்பாடுகள் ஏன் பெண்களுக்கே விதிக்கப்பட்டுள்ளன என்று தன் தந்தையிடம் கேட்டவர். திருமணம்தான் ஒரு பெண்ணின் வாழ்வில் முதலிடம் வகிக்கவேண்டும் என்பதில் நம்பிக்கை இல்லாதவர்.

திருமணம் அல்லாத உறவுகளில் தவறேதும் இல்லை என்று நம்புபவர். பெண்ணுக்கான உரிமைகள் இதுவரை வெறும் கண் துடைப்பாகவே இருக்கின்றன என்று அடித்துக் கூறுபவர். பெரியாரின் 'பெண் ஏன் அடிமையானாள்' புத்தகத்தை மிகவும் முக்கியமான ஒரு புத்தகமாகக் கருதுபவர். 'இந்தியாவில் பெண் இன்னும் அடிமையாகவேதான் இருக்கிறாள்; நகர்ப்புறத்துப் படித்த பெண்கள் இந்தியப் பெண்களின் பிரதிநிதிகள் அல்ல' என்று ஆணித்தரமாகப் பல முறைகள் சொல்லியிருக்கிறார் பல இடங்களில். அவருடைய 'இப்படியும் ஒருத்தி' என்ற கதையில் வரதட்சிணை கொடுக்க மறுக்கும் பெண் ஒருத்தி லட்சியங்களை விட்டுக்கொடுப்பதை விடத் தனியாகவே வாழலாம் என்று கூறுகிறாள். தாய்மை என்ற விஷயத்தில் ஆண்கள் அதிகாரம் செய்வதையும் மறுக்கும் அவள், பெண்ணின் உடல் அவளுக்கே உரியது என்பதை வலியுறுத்திக் கூறுகிறாள். குடும்பக் களத்தில் பெண்ணின் தியாகம் எவ்வளவு திணிக்கப்பட்ட ஒன்று என்பதை 'அதிர்ச்சி' என்ற கதையில் கூறியிருக்கிறார். 2010ல் வெளிவந்த 'நேர்முகம்' கதைத் தொகுப்பில், 'துணை கேட்டுப் போனவள்' என்ற கதையில் காஞ்சி மடத்தையும் அதன் பழம்போக்குகளையும் வெகுவாகத் தாக்கியிருக்கிறார்.தனக்கு ஆண்துணை வேண்டும் என்று கேட்டுப்போன விதவையிடம் சங்கராச்சாரியார் அனாதைக் குழந்தை ஒன்றைத் துணையாகத் தருவதாக திருப்பூர் கிருஷ்ணன் எழுதிய கதையின் தொடர்ச்சியாக இக்கதையை எழுதி, அப்பெண்ணுக்குத் தேவையான ஆண்துணை அமைவதாகக் கதையை எழுதுகிறார். மிகப் பெரிய முயற்சியாக அவர் எழுதியது கல்கி பொன்விழாப் போட்டியில் பரிசு பெற்ற 'மணிக்கொடி' நாவல்தான். சுதந்திரப் போராட்டத்தை மையமாகக் கொண்ட, டிசம்பர் 2013ல் புத்தகமாக வெளிவந்த இந்த நாவல் மிகுந்த கவனத்தைப் பெற்ற நாவல். தற்சமயம் இணையப் பத்திரிகைகளில் தொடர்ந்து எழுதிவருகிறார் ஜோதிர்லதா கிரிஜா.

இதே காலகட்டத்தில் எழுத வந்த இன்னொரு எழுத்தாளர் சிவசங்கரி. ஆரம்பத்தில் வங்கி அதிகாரியாக வேலை செய்தவர். தன் 25ம் வயதில் 1967ல் அவர் எழுதிய முதல் கதை, சம்பிரதாயச் சடங்குகள் எப்படி தாயாகாத ஒரு பெண்ணை காயப்படுத்துகின்றன என்பது குறித்து எழுதப்பட்டது. எழுத்தாளராக மட்டுமில்லாமல் ஒரு சமூகப் போராளியாகவும் இவர் இருக்கிறார்.

ஒரு குடும்பத்தின் மூன்று தலைமுறைப் பெண்களைப் பற்றிக் கூறும் 'பாலங்கள்' (1983), மது அருந்தும் பழக்கத்தால் அழிவுப் பாதையில்

இறங்கிய ஒரு மனிதனைப் பற்றிய 'ஒரு மனிதனின் கதை' (1980), புற்று நோயின் பயங்கரங்களை விவரிக்கும் 'நண்டு' (1975), போதை மருந்தால் அழியும் இளைஞர்கள் பற்றிய 'அவன்' (1985) என்று பல சமூகப் பிரச்சினைகளை தெளிவாக நோக்கிய நாவல்களை எழுதியவர்.

தன் வாழ்க்கையின் பெரும் உன்னதமான செயல் என்று இவர் கருதுவது இந்தியாவை அதன் பல்மொழி இலக்கியங்கள் மூலம் இணைக்கும் Knit India Through Literature முயற்சியைத்தான். 2009ல் முடிவுற்ற இது பதினாறு ஆண்டு தளராத உழைப்பின் பலனாக உருவானது. நாவல்கள், சிறுகதைகள், பயணக் கட்டுரைகள், வாழ்க்கைச் சரிதங்கள், அறிவுரைக் கட்டுரைகள் என எண்பதுகளின் இறுதி வரை விடாமல் எழுதிக்கொண்டே இருந்த இவர், இதன் பிறகு தேர்ந்தெடுத்த பெரு முயற்சிதான், பல்மொழி இலக்கியங் களைப் படித்தும், பல்மொழி எழுத்தாளர்களைச் சந்தித்தும், அவர்கள் படைப்பையும் பேட்டிகளையும் ஆங்கிலத்திலும் தமிழிலும் மொழிபெயர்க்கும் முயற்சி. தன் திறமையிலும், முயற்சியிலும் தன்னம்பிக்கையுடன் யாரையும் சாராமல் பெண் இயங்க வேண்டும் என்று நம்பும் சிவசங்கரி, ஒரு பேட்டியில் 'பெண்கள் சுயசார்புடையவர்களாக இல்லாமல் வாழ்க்கையின் வெவ்வேறு காலகட்டங்களில் தந்தை, அண்ணன், கணவன் என்று யாரையாவது சார்ந்திருக்கிறார்கள்' என்று கூறியிருக்கிறார். தன்னை ஒரு மனிதாபிமானவாதியாகவே கருதும் சிவசங்கரி, தான் ஒரு நல்ல மனுஷி என்பதுதான் முன்னிறுத்தப்பட வேண்டும், பிறகுதான் தான் எழுத்தாளராக இருப்பது வரவேண்டும் என்று கூறியிருக்கிறார் இந்தப் பேட்டியில்.

அறுபதுகளில் தன் முதல் கதையை 'ஆனந்த விகடன்' பத்திரிகையில் எழுதிய வாஸந்தி இந்தியாவின் பல இடங்களில் தங்கியவர் மட்டுமல்ல அந்தந்த இடங்களில் வாழும் பெண்கள் பற்றியும் மனித உறவுகள் பற்றியும் மிகவும் துல்லியமாக எழுதியவர். அவருடைய 'கடைசி வரை' (1996) பெண்சிசுக்கொலையை மையமாக வைத்து எழுதப்பட்டது. 'யுகசந்தி' (2000) மூன்று பெண்கள் அவரவர் யுகங்கள் கடக்கும் பாதைகளில் சந்தித்து விலகுவது பற்றியது. அடக்கி ஒடுக்கி முடக்கப்பட்ட பெண்களைப் பற்றியது மட்டு மல்ல, ஆணாதிக்கத்தை ஒவ்வொரு கட்டத்திலும் எதிர்த்த பெண்கள் பற்றியது. 'சிறை' (2005) நாவல் சமுதாயத்தில் உள்ள பல பிரச்சினைகள் பற்றிப் பேசும் நாவல். குண்டு வெடிப்புகள், வெளிநாட்டிலிருந்து ஆயுதங்களைப் பெறும் பயங்கரவாதிகள்,

குரூரமான காவல்துறை, சிறையில் இறக்கும் குற்றம் புரியா நபர்கள் என நாட்டு நடப்பு குறித்துப் பேசும் நாவல். 2012ல் 'விட்டு விடுதலையாகி' நாவலை வெளியிட்ட வாஸந்தியின் இரு ஆங்கிலப் புத்தகங்கள் பெரிதும் விவாதிக்கப்பட்டவை. தமிழ்நாடு அரசியல் பற்றி அவர் ஆங்கிலத்தில் எழுதிய புத்தகம் மற்றும் ஜெயலலிதாவின் சொல்லோவியம் அதிகக் கவனம் பெற்றன. ஜெயலலிதாவைப் பற்றிய புத்தகம் பிறகு தடை செய்யப்பட்டது. அரசியல் சிக்கல்களையும் அது ஏற்படுத்தும் அதிகாரப் போட்டிகளைப் பற்றியும் எழுதியிருக்கும் வாஸந்தி, 'இந்தியா டுடே' பத்திரிகையின் ஆசிரியராகப் பல ஆண்டுகள் செயல்பட்டு பல இலக்கியச் சிறப்பிதழ்களைக் கொண்டு வந்ததோடு அல்லாமல் ஆணித்தரமாகவும் தைரியத்துடனும் பல சர்ச்சைகளுக்கும் தாக்குதல்களுக்கும் உள்ளான தலையங்கங்களை எழுதியவர். மனித நேயம், பெண்கள் சமுதாய நிலை, மத நல்லிணக்கம் இவை வாஸந்தியுடைய கதைகளின் மையக் கருத்துகளாக அமைந்துள்ளன.

பிரபல பத்திரிகைகளில் பெண்கள் வாழ்க்கை குறித்த அசாதாரண நிகழ்வுகளையும் அதனின்றும் விளையும் சிக்கல்களையும் அவற்றை அவர்கள் எதிர்கொள்ளும் முறைகள் பற்றியும் திறந்த முறையில் எழுதிய எழுத்தாளர் அனுராதா ரமணன். வன்புணர்ச்சி செய்யப்பட்ட பெண் ஒருத்தி தன்னை வன்கொடுமைக்கு உள்ளாக்கியவனிடமே தஞ்சம் புகுந்து அவன் இறந்தபின் தன்னை விதவையாகக் கருதுவதாக அவர் எழுதிய 'சிறை' பலத்த சர்ச்சைக்குள்ளாகியது. அது திரைப்படமாகவும் எடுக்கப்பட்டது. தன் கருத்துகளை எந்தவித அச்சமும் இல்லாமல் கூறியவர் அனுராதா. தன் வாழ்க்கை பற்றியும் எந்தவிதத் தயக்கமுமில்லாமல் எழுதியவர். பிரபலப் பத்திரிகைகளில் ஜனரஞ்சகமான மொழியில் எழுதியதால் இவர் கதைகள் இலக்கியத்தரமானவை அல்ல என்று கருதப்பட்டாலும், அத்தகைய பத்திரிகைகளில் இத்தகைய கதை களுக்கு ஓர் இடத்தை ஏற்படுத்திக்கொண்டவர் அவர். அபூர்வமான நகைச்சுவையுடன் எழுதியவர். விதவைகளின் வாழ்க்கை கண்ணீருடன் இருக்க வேண்டியதில்லை என்பதைத் தனியே வாழ்ந்து, தன் பெண்களை வளர்த்து நிரூபித்தவர். எழுத்துடன் ஓவியமும் கற்றவர்.

எழுபதுகளில் எழுதத் தொடங்கிய இந்துமதியின் 'தரையில் இறங்கும் விமானங்கள்' பிரபல பத்திரிகைகளில் அவருக்கு ஒரு முக்கியமான இடத்தைப் பெற்றுத் தந்தது. வாழ்க்கையின்

சிக்கலான ஓட்டங்களில் சிக்கிகொண்டுவிடும் லட்சியங்கள், மென்னுணர்வுகள் இவை பற்றி எழுதியவர் இந்துமதி. எண்பதுகளின் இறுதியில் எழுத்துலகில் புகுந்த திலகவதி ஐ.பி எஸ், முன்னூறுக்கும் மேற்பட்ட கதைகளையும் பல நாவல்களையும் எழுதியவர். கட்டடத் தொழிலாளர்களைப் பற்றிய இவர் நாவல் 'கல்மரம்' சாகித்திய அகாடமி பரிசு பெற்றது. வாழ்க்கையை எதிர்கொள்ளும் உழைக்கும் பெண்கள், லட்சியங்களையும் கனவு களையும் கைவிட்டுவிடும் ஆண்களுக்கிடையே இடைவிடாது உறுதியுடன் போராடும் பெண்கள் எனப் பலவகைப் பெண்கள் இவர் படைப்புகளில் மையப்படுத்தப்படுகின்றனர்.

எண்பதுகளில் மெல்ல வரும் அலையாகச் சத்தமில்லாமல் வந்து பின் நிற்காத அலையாக இருப்பவர்கள் காவேரி என்ற பெயரில் எழுதும் லக்ஷ்மி கண்ணனும் கிருஷாங்கினியும். உணர்ச்சிகளைத் தொடும் மென்மையான மொழியில் கச்சிதமான மற்ற எழுத்தாளர் களிடமிருந்தும் வேறுபட்ட நடையில் எழுதும்காவேரி, நகர்ப் புறத்து வாழ்க்கையில் உள்ள உறவு முடிச்சுகளில் உள்ள சிறு ஏய்ப்புகளைப் பற்றியும், பெண் தனக்கென்று இடம் ஒன்றை அமைத்துக்கொள்ளத் தொடர்ந்து முயல்வதையும், பெண்-ஆண் உறவுகளில் உள்ள சிறு முட்களைப் பற்றியும் ஆழத்துடனும் கனிவுடனும் எழுதுபவர். எண்பதுகளின் ஆரம்பத்தில் தன் முதல் கதையை எழுதிய கிருஷாங்கினி தொடர்ந்து கதைகளும் கவிதை களும் எழுதிவருபவர். நனவோடை உத்தியைத் தன் எழுத்து நடையில் கையாள்பவர். இவருடைய 'சமகாலப் புள்ளிகள்' (1998) சிறுகதைத் தொகுப்புக்கு முன்னுரை எழுதிய லா.ச.ரா, 'கிருஷாங்கினி எழுத்து தமிழுக்குச் சற்று புதுமையானது என்றே சொல்லுவேன்' என்று சொல்லி, திட்டவட்டமான கதையம்சம் என்றில்லாமல் சட்டென்று வாழ்க்கையில் கடந்து போகும் கணங்களைப் பற்றியும், சில மனநிலைகளைப் பற்றியும் கிருஷாங்கினி எழுதுகிறார் என்று சரியாகக் கணிக்கிறார். மனிதாபிமானம் உள்ள எழுத்து என்று கூறுகிறார்.

•

# நான்காம் கட்டம்

**பெ**ண்கள் எழுத்து பல தளங்களில், பல அடுக்குகளைக் கொண்டதாகவும் இதுவரை எழுதப்படாத பல அனுபவங்களையும் சரித்திர உண்மைகளையும் அரசியலையும் ஆழ்மன உணர்வு களையும் வெளிப்படுத்துவதாகவும் அமைந்ததாகச் செழித்து எழுந்தது தொண்ணூறுகளில் எனலாம். எண்பதுகளின் கடைசி ஆண்டுகளில் தொடங்கி அதீத வீச்சுடன் சீறி வந்தது பெண்களின் எழுத்து. புனைகதை, சுயசரிதை, கவிதை என்ற மூன்று வடிவங் களில் இது உருக்கொண்டது.

## புனைகதை (முதல் பகுதி)

புனைகதைகளில் நாவலைப் பொருத்தவரை நான்கு எழுத்தாளர்கள் இந்தக் கட்டத்தின் முக்கியமான எழுத்தாளர்கள். சிவகாமி, பாமா, தமிழ்ச்செல்வி, பா.விசாலம் என்ற நான்கு எழுத்தாளர்களும் இலக்கிய உலகத்தை முற்றிலும் ஆக்கிரமித்துக்கொண்டார்கள் எனலாம். 1989ல் பழையன கழியும் காலம் வந்துவிட்டது என்று கூறியபடி ராஜம் கிருஷ்ணன் எழுதிய முன்னுரையுடன் சிவகாமியின் 'பழையன கழிதலும்' புத்தகம் வந்தது. தலித் இயக்கம் சாதிய ஒடுக்கமுறையை எதிர்த்துக் குரல் கொடுக்க ஆரம்பித்து, பல சாதிப் போராட்டங்கள் ஏற்பட்டு தலித் தலைவர்கள் தலித் இயக்கத்தை முன்னெடுத்துச் செல்ல ஆரம்பித்த தருணத்தில் வருகிறது சிவகாமியின் 'பழையன கழிதலும்', பதினேழு வயதுப் பெண்ணின் பார்வையில். பூமணி போன்ற ஆண் எழுத்தாளர்கள் ஒடுக்கப் பட்டவர்களின் வாழ்க்கை பற்றிய யதார்த்த இலக்கியம் படைத்து தமிழ் இலக்கிய உலகின் மிக முக்கியமான எழுத்தாளர்களாக இருந்தாலும், சிவகாமியின் புத்தகம் வரும்வரை தலித் அடையாளம் பூண்ட நாவலைப் பெண் எழுத்தாளர்கள் எழுத வில்லை. தன் 26வது வயதில் இதைச் செய்த சிவகாமி, தலித் வாழ்க்கையின் வேதனைகள், மதிப்பீட்டுக் குழப்பங்கள், பெண்களை நோக்கும் விதம் ஆகியவற்றைக் கருவாக்கி, தலித் இனத்தினரின் இளைய தலைமுறைப் பெண் இதையெல்லாம் எப்படி நோக்குகிறாள் என்ற கதையைச் சொல்கிறார். இதற்குப் பின் 1992ல் வருகிறது சிவகாமியின் 'ஆனந்தாயி.' கிராமம் ஒன்று நகரமாக வளரும் கட்டத்தில் உழைத்துப் பிழைக்கும் குடும்பத்தில் ஏற்படும் உறவு நசிவைப் பற்றிக் கூறும் நாவல் 'ஆனந்தாயி'.

ஆனால் எல்லா வகையிலும் உபயோகப்படுத்தப்படும் நபராகப் பெண் ஒருத்தி ஆக்கப்பட்டுவிட்டாலும் தன் ஆளுமையைத் தக்கவைத்துக்கொள்ள அவள் முயன்றபடியே இருக்கிறாள் 'ஆனந்தாயி' நாவலில். இந்த இரு நாவல்களின் தொடர்ச்சியாக 14 கதைகள் கொண்ட சிறுகதைத் தொகுப்பை 1993ல் 'நாளும் தொடரும்' என்ற தலைப்பில் எழுதி வெளியிட்டார் சிவகாமி. பொருளாதாரத்திலும் சமூக அடிப்படையிலும் பின்தங்கியவர்கள் பற்றிய இந்தக் கதைத் தொகுப்பு அன்றாட வாழ்க்கையின் சோகங் களையும் வலிகளையும் வேதனைகளையும், அவற்றைத் தாங்கிக் கொண்டும்தடுத்துக்கொண்டும் வாழ்க்கையை ஓட்டுபவர்களையும், அதில் பெண்ணாக இருப்பவர்கள் இருத்தப்படும் விதத்தையும் ஓலமில்லாத அடங்கிய குரலில் கூறிச் செல்கிறது.

1992ல் வெளிவந்த பாமாவின் 'கருக்கு', 'பழையன கழிதலும்' போலப் புனைகதையாக இல்லாமல் சுயவாழ்க்கையின் வலிகளி லிருந்து பிறந்த பதிவாக அமைந்தது. உணவு, உடை, குடியிருப்பு, கல்வி, தொண்டு எல்லாவற்றிலும் ஆதிக்கம் செலுத்தும் சாதி பற்றிய குமுறலாக வந்தது 'கருக்கு'. இரு பக்கமும் கூர்மையான கத்தியைப் போல் உள்ள பனங்கருக்கு அறுப்பது போல் தன்னை அறுத்த வாழ்க்கை நினைவுகளை பாமா இதில் கூறுகிறார். சீராகக் காலவரிசையில் செல்லாமல் மீண்டும் மீண்டும் முன்னேயும் பின்னேயும் போய் முன்பு கூறாமல் விடுத்ததைக் கூறிச் செல்லும் பாணியில், உள்ளத்தை அழுத்தும் பாரத்தைக் கொட்டும் விதத்தில் அமைந்திருக்கிறது 'கருக்கு'.

'கருக்கு' மென்மையான மனம் கொண்ட பலரைப் பற்றியது. ஆனால் அவர்கள் கதையைக் கூற, கல் எறியும் வேகத்தில் சொற்களைக் கொட்ட வேண்டியிருக்கிறது. கமறும் குரலில் பேச வேண்டியிருக்கிறது. கிறித்துவ மடத்தில் சேர்ந்து அங்கும் சாதி இருப்பதைப் பார்த்து வெளியே வந்த ஒருத்தி, மேலே என்ன செய்வது என்பது தீர்மானமாகாமல் இருக்கும் நிலையில், அவள் வாழ்க்கை அர்த்தமுள்ளதாக மட்டும் இருந்தால் போதும் என்ற முடிவுக்கு வருவது இதன் முடிவு. இன்னும் முடிவுக்கு வராத முடிவு. இதுவரை கூறியதைப் பின்திரையாக வைத்து அடுத்து என்ன என்பதை நாமே யூகிக்கக் கதவுகளைத் திறந்து வைக்கும் முடிவ.

'கருக்கு' நாவலை எழுதும்போது பாமா தன் கதையை மட்டுமல்ல, தன் சமூகத்தின் கதையை முன்வைக்கிறார். அதன் வலிகளையும், அவமானங்களையும், தாக்குதல்களையும் அவற்றிலிருந்து வீட்டு ஆண்களைக் காக்கப் பெண்கள் திட்டமிடும் ரகசிய எதிர்ப்பு

முறைகளையும் கூறியதால் அவர் கிராமமே அவரை எதிர்த்தது. ஆனால் தலித் வாழ்க்கையைப் பதிவு செய்யும் வேலையை பாமா நிறுத்தவில்லை. 1994ல் 'சங்கதி' நாவலை எழுதுகிறார். 'கருக்கு' நாவலை உள்ளக் குமுறல் என்றால், 'சங்கதி' பல பெண்களின் உள்ளக் குமுறல். இதற்கு அணிந்துரை எழுதிய முனைவர் மி.ஜெயராஜ், 'சங்கதி' பற்றி வெகு கச்சிதமாக, 'பல தலை முறைகளாகத் தலித் மக்கள், சிறப்பாகத் தலித் பெண்கள் பெற்ற பேய்மழை போன்ற வாழ்க்கை அனுபவங்களைத் தொகுத்துக் காட்டாறாக மாற்றி அன்னாரின் அடிமைக் கூறுகளையும் எழுச்சி நிலைகளையும் தன்னகத்தே நிறைத்துப் பேரணைகளில் தேக்கி மதகு மதகாகத் திறந்துவிடும்' புத்தகம் என்று அதைக் கூறுகிறார். ஒவ்வொரு அத்தியாயத்தையும் ஒவ்வொரு மதகாய்ப் பார்க்கிறார். பாமா தன்னுரையில், தலித் பெண்கள் ஆண்களால் மட்டுமல்ல சாதிவெறி பிடித்த பெண்களாலும் ஓரங்கட்டப்பட்ட சங்கதி களையும், தலித் பெண்களின் கலகலப்பும் கலகமும் கொண்ட பண்பாடு பற்றியும், அவர்கள் எதிர்நீச்சல் போடும் விதங்களையும் 'சங்கதி' கூறுவது, அவர்கள் எழுச்சி பெறவும் எழுந்து நின்று புதியதோர் சமுதாயம் உண்டாக்கும் முன்னோடிகளாக, புரட்சியைத் தொடங்கத்தான் என்கிறார்.

பாமாவின் மூன்றாவது நாவல் 'வன்மம்' 2002ல் வெளிவந்தது. பள்ளர் பறையர்களுக்குள்ள பகை பற்றிய இந்தக் கதையில் பாமா, பகை, வன்முறை, சாவு இவற்றினிடையே வாழப்படும் தலித் இளைஞர்கள் மற்றும் இளம்பெண்களின் வாழ்க்கை பற்றிக் கூறுகிறார். சாவடியில் கூடும் ஆண்கள் பற்றியும், அவர்கள் மூட்டி விடும், தணிக்கும் தீ பற்றியும், பெண்கள் இதில் வெறும் பகடை களாகிவிடுவதையும் கூறுகிறார். வன்முறை பயனளிக்காது என்பதை நாவல் கூறுகிறது. அத்தோடு இனி எதிர்காலத்தில் சாவடியில் இளம் பெண்களும் அமரக் கூடும், இளம் பெண்களும் மற்ற பெண்களுக்கும் வாழ்க்கை பல வகைகளில் மாறும் என்ற நம்பிக்கையையும் தருகிறது 'வன்மம்'.

சு.தமிழ்ச்செல்வி 2002ல் அதிக ஆர்ப்பாட்டமில்லாமல் தன் 'மாணிக்கம்' நாவலை தமிழ் இலக்கிய உலகின் முன்வைத்தார். தமிழ்ச்செல்வி ஆசிரியையாகப் பணியாற்றுபவர். அவருடைய 'அளம்' (2002) நாவலின் முன்னுரையில் தன்னைப்பற்றிச் சிறிது கூறுகிறார். அதிலிருந்து புத்தகங்கள் அவர் வாழ்க்கையில் எத்தனை முக்கியத்துவம் வாய்ந்தவையாக இருந்திருக்கின்றன என்பதை அனுமானிக்க முடிகிறது. எட்டாம் வகுப்பிலிருந்து பத்தாம் வகுப்பு

வரை வேதாரண்யம் குருகுலத்தில் படித்தபோது, குருகுலத்தின் அச்சகம் அச்சடித்து விட்டு ஓரம் வெட்டி ஒழுங்கு செய்யாத புத்தகங்களை அடுக்கி வைத்திருக்கும் கொட்டகைக்குள்ளிருந்து புத்தகங்கள் எடுத்துப் படித்ததைக் கூறுகிறார். ஒருநாள் கூடப் புத்தகம் படிக்காமல் இருந்ததில்லை என்கிறார். கவிதை ஈடுபாடு பற்றிக் கூறுகிறார். 'இந்தக் கவிதை ஈடுபாடு என் வாழ்க்கைத் துணைவரைத் தேர்ந்தெடுப்பது வரை என்னைச் செலுத்தியது' என்று கூறும் இவர் அதன்பின் தன் 30ம் வயதில், கீழ்த்தஞ்சை மாவட்டத்தின் கடலோரப்பகுதியைக் களமாக்கித் தன் முதல் நாவலை எழுதுகிறார். வறுமையின் உக்கிரத்தையும் அன்றாட வாழ்க்கைப் போராட்டத்தின் தகிப்பையும் சகித்துக்கொண்டு தொடர்ந்து போராடும் மாணிக்கம், செல்லாயி இவர்கள் இருவரின் வாழ்க்கையைச் சொல்லும் நாவல்தான் 'மாணிக்கம்' (2002). வாழ்க்கையில் தோல்வி அடைவது என்றில்லாமல் தோல்வியே வாழ்க்கையாகும்போது ஒரு குடும்பமும் அதிலுள்ள பெண்களும், குழந்தைகளும் எவ்வாறு விழுந்தவண்ணமும் எழுந்தவண்ணமும் இருக்கிறார்கள் என்பதை விவரிக்கும் நாவல். கடைசியில் மாணிக்கம் தன் முடிவைத் தானே தீர்மானித்துக்கொண்டு, கடலில் முழுகிச் சாகப் போகிறார். செல்லாயி நினைவின்றிக் கிடக்கிறாள் சாவை எதிர்கொள்ள. ஒரு குடும்பத்தின் வீர காவியமாக அமைந்திருக்கிறது 'மாணிக்கம்'.

தமிழ்ச்செல்வியின் இரண்டாம் நாவலான 'அளம்' உப்பளத்தைச் சுற்றி அமைந்த வாழ்க்கையைக் களமாகக் கொண்டு எழுதப் பட்டது. அதன் பின் வந்த 'கீதாரி' (2004) இடையர்கள் வாழ்க்கையையும் அதன் நிலையில்லாத் தன்மையையும் அதில் இழுபடும் பெண்களைப் பற்றியும் கூறும் நாவலாக அமைந்தது. அதன்பின் வந்த 'கற்றாழை' (2005), 'ஆறுகாட்டுத்துறை' (2007), 'கண்ணகி' (2008), 'பொன்னாச்சரம்' (2010) என்ற நான்கு நாவல்களும் திருப்பூர் ஆயத்த உடைகள் தைக்கும் கம்பெனிகளில் வேலை செய்யப் போகும் பெண்கள் வாழ்க்கை, கடல்புற வாழ்க்கையில் நேரும் காதல், பகை, சாவு, சிற்றூர்களில் தனித்து வியாபாரம் செய்தும் உழைத்தும் பிழைக்கும் பெண்கள் வாழ்க்கை என்று பல தளங்களில் விரிந்து செல்லும் நாவல்கள். கள ஆராய்ச்சி செய்து எழுதுவதில் ராஜம் கிருஷ்ணனுக்குப் பிறகு சு.தமிழ்ச் செல்விதான் தற்போதைய எழுத்தாளர்.

வயதில் பழைய தலைமுறையைச் சேர்ந்தவர் என்றாலும் தொண்ணூறுகளின் இடையாண்டுகளில் தன் முதல் நாவலை

எழுதியவர் பா.விசாலம். இந்தக் கட்டத்தின் தலைசிறந்த எழுத்தாளர். புதிய தலைமுறை ஒன்றின் எழுத்தாளர்கள் உள்ளடக்கம் மொழி போன்ற பல எல்லைகளை மீறி எழுத ஆரம்பித்த இந்தக் கட்டத்தில் தன் இரு நாவல்களை எழுதுகிறார் பா.விசாலம்.

பா.விசாலத்தின் வாழ்க்கையை இயக்கிய இரு முக்கியக் காரணங்கள் மனிதாபிமானமும் பெண் விடுதலையும் எனலாம். சரித்திரக் கதைகள் என்றாலே கல்கியின் 'சிவகாமியின் சபதம்' அல்லது 'பார்த்திபன் கனவு' அல்லது சாண்டில்யனின் நாவல்கள் தாம் எல்லோர் நினைவிலும் எழுபவை. ராஜா ராணிக் கதைகள்தாம் சரித்திரம் எனக் கருதி பெண்கள் சரித்திர நாவலே படைக்கவில்லை என்ற விமர்சனத்துக்கு நல்ல பதிலாக 1995ல் வந்தது பா.விசாலத்தின் 'மெல்லக் கனவாய்ப் பழங்கதையாய்...' கம்யூனிஸ்ட் கட்சி பிளவுபடும் வரையான சரித்திரமாக எழுதப்பட்ட இந்த நாவல் ஒருவகையில் சுயசரிதம் கூட. ஆண் தலைவர்களே அதிகம் பேசப்படும் கட்சியைக் கட்சியின் பெண் உறுப்பினர் ஒருவர் பார்ப்பதுபோல் அமைந்த இந்த நாவல் அபூர்வமானதோர் படைப்பு. கம்யூனிஸ்ட் கட்சியுடன் இணைந்த பெண்ணொருத்தி புது சமூகத்தை உருவாக்கக் காணும் கனவுகளும் அவள் லட்சியங்களும் கட்சியின் சரித்திரத்தோடு இணைந்து வருகின்றன இந்த நாவலில்.

விசாலத்தின் பெற்றோர் இலக்கியத்தை ஊட்டி வளர்த்தனர் விசாலத்தை. சுதந்திரமாக இருக்கவும் பரந்த நோக்குடன் வாழவும் கற்பித்தனர். பொதுவுடைமைக் கொள்கைகளை அவர் அண்ணன் அவருக்கு அறிமுகம் செய்தார். 1952ல் பொதுவுடைமைக் கட்சியில் உறுப்பினர் ஆனார் விசாலம். பரந்ததோர் உலகை அது திறந்து வைத்தது. சுந்தர ராமசாமி போன்ற பல எழுத்தாளர்களின் நட்பு கிடைத்தது. 'நோய்' என்ற முதல் கதை 'சரஸ்வதி' பத்திரிகையில் வெளிவந்தது. கட்சியின் உறுப்பினரான ராஜுவுடன் திருமணம், கட்சியின் பிளவு, கட்சி அரசியல் குறித்த நம்பிக்கைக் குலைவு இவை எல்லாம் கிட்டத்தட்ட ஒரே சமயத்தில் நேர்ந்தன. முதல் கதைக்குப் பின் பல ஆண்டுகள் எழுதாவிட்டாலும் எழுத வேண்டும் என்ற ஆசையை விசாலம் கைவிடவில்லை. பாண்டிச்சேரிக்கு குடிபோன பின் விசாலம் சமூக சேவையில் ஈடுபட்டார். கில்ட் ஆஃப் சர்விஸில் ஆறு ஆண்டுகள் பொதுக் காரியதரிசியாக இருந்தார். 1973ல் இலங்கையில் கொழும்பில் நடந்த பெண்கள் கூட்டத்துக்கு இந்தியாவின் பிரதிநிதியாகச் சென்றார். 1975ல் கிழக்கு

பெர்லினில் நடந்த பெண்கள் கூட்டத்தில் கலந்துகொண்டார். தலைக்கோல் என்ற நாடகக் குழுவின் உப தலைவராகவும் தலைவராகவும் பல ஆண்டுகள் இருந்தார்.

முடக்குவாதம் அவரை முடக்கிப் போட்டபோது மனத்தில் இருந்த கதைகள் எல்லாம் எழும்பி வந்தன. கதைகளும் குறுநாவல்களும் எழுதினார். பிறகு 1995ல் வந்தது 'மெல்லக் கனவாய் பழங்கதையாய்...' 2000த்தில் 'உண்மை ஒளிர்க என்று பாடவோ?' வெளிவந்து விசாலம் மிகச் சிறந்த எழுத்தாளர் என்பதை மீண்டும் நிரூபித்தது. அவர் எடுத்துக்கொண்ட பொருள் மிகக் கடினமான ஒன்று. தமிழ்நாட்டின் தென்மேற்குப் பகுதியில் கிறித்துவம் பரவிய விதத்தைக் கூறும் இந்த நாவல், மதத்தையும் அது பரவும் விதத்தையும் இதனுள் இழுபடும் நபர்களின் வாழ்க்கைகளையும் செறிவாகவும் ஆழத்துடனும் சொல்கிறது.

வடக்கங்குளத்தில் ஆரம்பித்து கதை நாஞ்சில் நாட்டின் பல பகுதிகளுக்கும் போகிறது. இடையிடையே பர்மா, மலேயா, கொழும்பு நினைவுகளும் கலக்கின்றன. முடிவில் பெங்களூரில் முடிகிறது. இந்த பௌதிக நகர்வுகளுக்குள் கிறித்துவத்தின் சரித்திரம் கட்டப்படுகிறது நாவலில். அத்துடன் கிறித்துவம் தொட்ட மக்கள், மதம் மாறியவர்களிடையே இருந்த சாதிப் பிரிவுகள், கிறித்துவத்தில் உண்மையாகவே நம்பிக்கை வைத்தவர்கள் அனுபவித்த கொடுமைகள் இவை அனைத்தையும் இணைத்துச் செல்கிறது கதை. சர்ச்சைக்குரிய சரித்திரச் சம்பவம் என்று கருதப்படும் நீலகண்டப் பிள்ளை தேவசகாயம் பிள்ளையாக மாறும் சம்பவத்தையும் கதை குறிப்பிடுகிறது. கதையின் மிகவும் உக்கிரமான சம்பவமே நீலகண்டப் பிள்ளை மதம் மாறுவதுதான். ஏசு கிறிஸ்து மனிதாபிமானத்தை போதிப்பவர் என்று அவர் நெஞ்சார நம்பியதால் தேவசகாயம் பிள்ளையாக அவர் மாறுகிறார். அந்த மதம் ஒன்றுதான் ஒடுக்கப்பட்டவர்களை உய்விக்கும் மதம் என்று நம்புகிறார். சாதாரண மனிதர்களை ஈர்க்கும் கிறித்துவத்தின் அற்புதங்கள் அவரை ஈர்ப்பதில்லை. ஏசு கிறிஸ்துவை முழுமையடைந்த ஆத்மாவாக நோக்கிய அவர், ஏசுவின் வாழ்க்கையையும் துன்பங்களையும் தன்னால் புரிந்துகொள்ள முடியும் என்று நம்புகிறார். ஆனால் திருவிதாங்கூர் ராஜா இதைத் துரோகமாகக் கருதுகிறார். அவரைச் சிறையில் அடைக்கிறார். பிறகு மரண தண்டனை விதிக்கப்படுகிறது. சங்கிலியால் கட்டப்பட்டு பல இடங்களுக்கு இழுத்துச் செல்லப்படுகிறார். பிறகு ஓர் இடத்தில் மரத்தில் கட்டப்படுகிறார். மக்கள் அவரைப் பார்க்க வருகிறார்கள்.

ஆனால் அவர் பாதி செத்த நிலையில் இருக்கிறார். பல ஆண்டுகளுக்கு முன் ஜைனர்களும் இவ்வாறே மரித்தார்கள் என்று அவர் கேள்விப்பட்டது நினைவில் வர, ஜைனர்களைப் பற்றி அவர் நினைக்கிறார். பிறகு இரவில் அவர் சுட்டுக் கொல்லப்படுகிறார். கிறிஸ்து குரிசில் அறையப் பட்டதைப் போலவே இந்த நிகழ்வு விவரிக்கப்படுகிறது கதையில். தன் மத நம்பிக்கைக்காக ஒருவர் சாக முடியும் என்ற அற்புதம் ஒன்றைத்தான் விசாலம் ஏற்கிறார் இங்கே. காரணம் எந்த அற்புதமும் நிகழ்வதில்லை இவர் மரணத்துக்குப் பின்.

கிறித்துவம் வேரூன்றிய சரித்திரத்தைக் கூறும்போது கால நேர்கோட்டில் நீளும் நேரிடையான சரித்திரத்தை விசாலம் சொல்வதில்லை. பல கிளைகளாய் விரிந்து குவியும் சரித்திரத்தைக் கூறுகிறார். அகல மறுக்கும் சாதியைப் பற்றி ஐயங்களைக் கிளப்பும் ஒரு கிளை, நாடார் ஒருவர் குடித்ததால் அவர் பருகிய பித்தளைக் குவளை நெருப்பில் காட்டப்பட்டு அவர் தீட்டைக் கழிக்கும் கதையைக் கொண்டுவரும் செய்திக் கிளை, தேவாலயத்தில் உயர் சாதிக்கும் கீழ்ச்சாதியினர் எனக் கருதப்படுபவர்களுக்கும் இடையே இருந்த சுவர் பற்றிக் கூறும் தகவல் கிளை, மதமாற்றத்துக்குப் பின்னும் உயராத பெண்கள் நிலை பற்றிச் சொல்லும் கிளை, கிறித்துவத்தைப் பற்றி அறிய ஆர்வம் காட்டினாலும் அதை விமர்சன நோக்கோடு பார்க்க நினைக்கும் இளம் வயதுப் பெண்கள் மற்றும் ஆண்கள் எழுப்பிய அறிவுக் கிளை, கார்ல் மார்க்ஸ் படித்துவிட்டு ஏசு கிறிஸ்துவை ஏழை எளியவர்களை உய்விக்க வந்தவராகப் பார்க்கும் எண்ணக் கிளை என்று அடர்த்தியான பன்முகம் கொண்ட சரித்திரம் ஒன்றை எழுதுகிறார் விசாலம்.

இந்த விரிந்த சரித்திரத்துக்குள் மீனா மற்றும் நேசனின் காதல் சரித்திரமும் பொதிந்திருக்கிறது. மீனாவுக்கு நேசனின் மார்க்சீயக் கருத்துகளுடன் உடன்படவும் அவை குறித்துப் படிக்கவும் ஆர்வம் இருக்கிறது. ஆனால் திருமணம் என்று வரும்போது மதம் மாறாமல் அவன் அவளை மணக்க மாட்டான் என்பது அவளுக்குப் புரிகிறது. இது அவள் மேல் மதத்தை மட்டுமல்ல அவன் அதிகாரத்தையும் திணிக்க முயலும் முயற்சியாக அவளுக்குப் படுகிறது. மீனாவுக்கு 25 வயது. எதிர்காலம் பற்றிய பயம் அவளுக்கு இருக்கிறது. தன் விதவைத் தாயின் தனிமையைப் பார்த்து வளர்ந்ததால் தனக்கு ஓர் ஆண் துணை வேண்டும் என்று அவளுக்குத் தெரிகிறது. ஆனாலும் தன் சுய மரியாதை எல்லாவற்றையும் விட உயர்வானதாக அவளுக்குத் தெரிகிறது. பெங்களூரில் ஒரு வேலையில் சேர ஒப்புக் கொள்கிறாள். மீனா அவள் அம்மாவிடம் தன் நிலைப்பாடு குறித்து மிக விளக்கமாகப் பேசுவதாக விசாலம் கதையில் கூறியிருக்கலாம்.

அதில் பல பெண் நிலைக் கோட்பாடு குறித்த கருத்துக்களைப் புகுத்தியிருக்கலாம். ஆனால் விசாலம் அதைத் தவிர்க்கிறார். மீனாவின் அம்மா காற்றோட்டமான வெளித்திண்ணையில் அமர்ந்து பேச மீனாவை அழைத்து வருவதோடு நாவல் முடிகிறது. அதன் பிறகு மீனா பேச ஆரம்பிக்கிறாள் என்று முடிகிறது நாவல்.

நேசனின் கொள்ளுத் தாத்தாவின் டயரியில் படித்த கிறித்துவத்தின் கதையைக் கூறுவாளா மீனா? அல்லது தாழ்த்தப்பட்ட சாதியினர் இன்னமும் ஒதுக்கப்படுவதைக் கூறுவாளா? அல்லது நேசனின் குடும்பப் பெண்களின் நிலை எப்படி அவன் அப்பாவைச் சார்ந்து இருக்கிறது என்பதைச் சொல்வாளா? சொல்ல மீனாவிடம் பெரிய சரித்திரமே இருக்கிறது. இந்த நாவலுக்குக் கருவான சரித்திரம்.

தற்கால சரித்திரத்தின் மனித வாழ்க்கையையும், அதில் தங்களுக் கான சரித்திரத்தை எழுதும் பெண்கள் பற்றியும் இரு மகத்தான படைப்புகளைப் படைத்திருக்கிறார் விசாலம்.

சற்று மாறுபட்ட சிறுகதைத் தொகுப்புகள் வந்தன இந்தச் சமயத்தில். மா.செண்பகத்தின் 'முதல் மனிதனும் கடைசி மனிதனும்' (1999) அவர் மறைவுக்குப் பின் வந்த தொகுப்பு. செண்பகம் ராமசுவாமி என்று முதல்முறையாக அவர் கணவரின் பெயருடன் அவர் பெயரை இணைத்து வந்த தொகுப்பு. இதற்கு முன் மா.செண்பகம் என்ற பெயரிலும் கொற்றவை என்ற பெயரிலும்தான் எழுதினார் செண்பகம். மிகவும் நுட்பமான உணர்வுகளைத் தொட்டுக் காட்டியவர் செண்பகம். மதுரை பாத்திமா கல்லூரியில் பேராசிரியராக இருந்தவர். மிகவும் எளிமையான நடையில் பெண்-ஆண் உறவின் பல்லாயிரச் சிக்கல்களின் நூல் கண்டிலிருந்து பிரி ஒன்றைச் சற்று இழுத்துக் காட்டி விட்டுவிடும் எழுத்து அவருடையது. கதையைப் படித்தால் எதுவுமே கதையில் நிகழாததுபோல் தோன்றும். அது அவர் உண்டாக்கும் மாயத் தோற்றம்தான். சிறு உரையாடல்களிலும், மனக் குமைச்சல்களிலும், சம்பவ விவரணையிலும் பெண்ணின் வாழ்வும் அதில் பொதிந்துகிடக்கும் யாரும் கண்டுகொள்ளாத வலிகளும் எந்த ஆரவாரமுமில்லாமல் தொட்டுக்காட்டப்படும் வலிமையுள்ள கதைகள் செண்பகத்துடையவை.

தாய்மையும் பெண்மையும் ஒன்றேதான் என்று நினைக்கும் பண்பாட்டில், யதார்த்த வாழ்வில் அது அப்படி ஒன்றும் மகத்தான விஷயம் இல்லை என்று செண்பகத்தால்தான் எழுத முடியும். 'குழந்தைக்கு வரவேற்பு' கதையில் குழந்தையை வயிற்றில் வைத்துக்

கொண்டு வேலைக்கும் போகமுடியவில்லை சூர்யகலாவுக்கு. இருந்தும் வேலைக்குப் போக வேண்டும் என்று வற்புறுத்தும் கணவன். பசி, சோர்வு, அலுவலக வேலைப் பளு எல்லாம் சேர்ந்து அவளைத் தாக்குகின்றன. இருவரும் வேலை செய்யும் காலம் வந்த பிறகும் ஆண்பிள்ளை என்பதால் வீட்டில் அதிகாரம் பண்ணி அனுபவிக்கும் கணவனை நினைக்கும்போது வயிற்றில் குழந்தை உருள்கிறது. 'இந்தக் குழந்தை ஏன்தான் பிறக்குதோ?' என்று நொந்துகொள்ளத்தான் முடிகிறது சூர்யகலாவால்.

'சரோசாதேவி அம்மா வயிற்றிலிருந்து புறப்பட்டு வெளி உலகை எட்டிப்பார்க்க புறப்படுகையில் அவள் அம்மா பாக்கியம் சினிமா பார்த்துக்கொண்டிருந்தாள்' என்று தொடங்குகிறது 'சரோசா தேவியின் கதை' என்ற சிறுகதை. சித்தாள் வேலை செய்யும் பாக்கியத்துக்குக் கணவன் இல்லை. அவன் வேறு யாருடனோ ஓடிப்போயாகிவிட்டது. வயதான, நடக்க முடியாத பாட்டி ஒருத்திதான் துணை. அந்தப் பாட்டியை இவ்வாறு வர்ணிக்கிறார் செண்பகம்:

> 'பாக்கியத்தின் பாட்டி 'அப்பாயிக் கிளவி' மட்டும்தான் அதுக்குத் துணை. கூனிக்குறுகி வேப்பம்பட்டை மாதிரியான டிசைன் சுருக்கத் தோலோடு, தராசுத் தட்டுகள் மாதிரி சாய்ந்து சாய்ந்து நடந்த அப்பாயியைக் கவனிக்கவே யாராவது வேண்டியிருந்தது.'

இதற்குப் பின் வறுமை சிறு குழந்தைக்குச் செய்யும் கொடுமையை வெகு சாதாரணமாகச் சொல்கிறார் செண்பகம் படிப்பவர்களுக்குக் கதிகலங்கும்படி. காது மந்தமான பாட்டிக்குக் குழந்தை பசியெடுத்து அழுவது கேட்பதேயில்லை. அழுகை வலுத்ததும் பாசத்துடன் நாடார் கடைக் காப்பியில் இரண்டு சங்கை அதன் வாயில் ஊற்றிவிடுகிறாள். ஈரத்துணியிலேயே கிடந்ததால் சளி பிடித்துக் கிடக்கும் குழந்தைக்குப் பாட்டியின் மருந்து அவள் போடும் மூக்குப் பொடிதான். அதை அதன் மூக்கில் திணிக்கிறாள். குச்சிக் கால்களும் சூம்பிய வயிறுமாய் குழந்தை நடக்க ஆரம்பித்ததும் அதை அடக்க அவள் செய்வது அதைக் கிள்ளுவதும் அடிப்பதும்தான். எப்படித் தாங்கும் குழந்தை இந்தப் பராமரிப்பை? அப்படியும் அது வளர்கிறது. பாட்டி செத்ததும் ஒரு நாள் அதுவும் சாகிறது. பாக்கியம் அழுகிறாள். அவளைச் சுற்றி இருக்கும் உழைக்கும் பெண்களுக்கு எதைச் சொல்லி அவள் வாழ்க்கையை அர்த்தப்படுத்தி ஆறுதல்படுத்துவது என்று தெரியாமல், 'அழாதே', 'போதும்' 'கொஞ்சம் காப்பி குடி' என்றுதான் சொல்ல முடிகிறது.

அவள் சித்தாள் வேலை செய்யும் இடத்தின் கொத்தனார் அக்கம் பக்கம் பார்த்துவிட்டு, '...ஒனக்கு இன்னொரு பிள்ளதான் வேணும்னா பெத்துக்கறது' என்று சொல்கிறார். கதையை இப்படி முடிக்கிறார் செண்பகம்:

> 'புருஷன் இல்லாமல் பிள்ளையை மட்டும் வளர்க்கும் மற்றொரு அனுபவம்... மிக மிக மெல்லிதாக நிழல் வடிவத்தில்... எங்கோ தொலைவிலிருந்து அவளை நோக்கி வருவது போலிருந்தது!
>
> ஆனால் அவளுக்கு ஏனோ அதைப் பற்றி அதிக பயமில்லாமல் இருந்தது.'

எந்த வித அதிக விவரணைகளோ, வலிந்து கூறும் தன்மையோ இல்லாத இந்தக் கதையின் எளிமை அடி வயிற்றைச் சில்லிட வைப்பது. அவர் மறைந்த பின் தன் சிறுகதைத் தொகுப்புக்கு அவர் எழுதி வைத்திருந்த முன்னுரையின் முதல் பக்கம் மட்டுமே கிடைத்தது. அதில் தன் எழுத்தின் எளிமை பற்றி இவ்வாறு குறிப்பிடுகிறார்:

> '...சுற்றியுள்ள வாழ்வுகளை வேடிக்கையாகவோ, வேதனையாகவோ பார்த்து, சுய வாழ்வையும் அதேபோல் பார்த்து இப்படியே போகும் நாட்களில் என்றாவது எழுதத் தோன்றும். அதற்காக ஒன்றும் மெனக்கிடுவதில்லை. கிடுகிடுவென்று எழுதி வைத்துவிடுவேன். இதுவே என் எழுத்துகளின் குறையாகலாம். அல்லது திரு கார்லோஸ், துணைவர் ராமசுவாமி, தோழி செபக்கனி இவர்கள் கூறுவதுபோல், எளிமையாக எழுதுவதும் கஷ்டமான வேலையாக இருந்திருக்கலாம். எனக்குக் கஷ்டம் தெரியவில்லை! 15 வயது முதல் 40 ஆண்டுகளுக்கு மேலாக அவ்வப்போது மனசைத் தொட்ட நிகழ்வுகளைக் கதைகளாக்கும் வழக்கத்தில், 50, 60 கதைகள் உருவாகியிருக்கலாம்.'

மிகக் கடினமான இந்த எளிமைதான் செண்பகம் தமிழ் இலக்கியத்துக்குச் செய்த பங்களிப்பு. திருமணமே செய்து கொள்ள மாட்டார் என்று அவர் குடும்பம் தீர்மானித்துவிட்டபோது தன்னிலும் வயது குறைந்த வேறு சாதியைச் சேர்ந்த ஒருவரை, சடங்குகள் இல்லாமல், தாலி போன்ற சின்னங்கள் இல்லாமல் திருமணம் செய்துகொண்டது செண்பகத்தின் ஆர்ப்பாட்டமில்லாத பெண்ணியம்.

2000த்தில் கவிதைகள் எழுதுபவராகவே அறியப்பட்ட லதா ராமகிருஷ்ணன் அநாமிகா என்ற புனைபெயரில் 'நினைப்புக்கும்

நடப்புக்கும் நடுவே...' என்ற 33 கதைகளைக் கொண்ட சிறுகதைத் தொகுப்பை வெளியிட்டார். 80களிலிருந்து எழுதிய கதைகள். பெண்களின் நட்பு, ஆணுடன் அவர்கள் பேண விழையும் நட்பின் தன்மை, அதில் தொக்கிக் கிடக்கும் தயக்கங்கள், அத்து மீறல்கள், அன்றாட வாழ்வின் வன்முறை, தனிமை, பெண் ஆண் இருவரும் படும் வேதனைகள், யதார்த்த வாழ்க்கையில் தீர்வில்லாமல் போய்விடும் விஷயங்கள், குறிப்பிட்ட முடிவு ஒன்றை நோக்கிப் போகாத வாழ்க்கை நிலைகள் இவற்றைக் கவிதைகள்போல் சுருக்கமாகச் சொல்வது அநாமிகாவின் கதைகள்.

பேராசிரியையான எம்.ஏ.சுசீலா 1979 முதல் 2009 வரை எழுதிய கதைகளை (மூன்று புத்தகங்களாய், 'பருவங்கள்மாறும்' (1985), 'புதிய பிரவேசங்கள்' (1994) 'தடை ஓட்டங்கள்' (2001) என்ற தலைப்புகளுடன் வெளிவந்தவை) பேராசிரியராகப் பணியாற்றி ஓய்வு பெற்ற பின், 2011ல் மேலும் சில கதைகளைச் சேர்த்து 36 கதைகளைக் கொண்ட 'தேவந்தி' என்ற புத்தகமாய் வெளியிடு கிறார். இத் தொகுப்பில் உள்ள கதைகள் அனைத்தும் குடும்பம் என்று போற்றப்படும் அமைப்பினுள் உள்ள சுரண்டல்கள், மனிதாபிமானம் துறந்த வியாபாரங்கள், அவற்றில் பகடைக் காய்களாகச் சில பெண்கள், வீட்டை விட்டு வெளியே போய் வேலை செய்யும் நடுத்தரக் குடும்பத்துப் பெண்களும் உழைக்கும் வர்க்கப் பெண்களும், மற்ற பெண்களுடன் நிலைத்த நட்பை ஏற்படுத்திக்கொள்ள முயலும் பெண்கள், அதனுள் வளரும் குழந்தைகள், பலதரப்பட்ட ஆண்கள் இவற்றை முன்வைப்பவை. இவற்றில் சிலவற்றில் பெண்கள் பலிகடாக்கள். சிலவற்றில் தன் நிலை குறித்துச் சிந்திக்கத் தெரிந்தவர்கள். சிலவற்றில் சிறு மீறல் களைச் செய்யத் துணிபவர்கள். 'குடும்ப உறவுகளில் உள்ள கரும்புள்ளியை வெளிச்சமிட்டுக் காட்டும் பண்பு படிந்த' கதைகள் என்று இவர் கதைகள் பற்றிக் கூறுகிறார் முன்னுரை எழுதிய எழுத்தாளர் பாவண்ணன்.

இதிகாசப் பெண்களை மறுவாசிப்புச் செய்யும் சுசீலாவின் கதைகள் சுவாரசியமானவை. 'தேவந்தி' கதையில், கண்ணகியின் தோழியான தேவந்தி தனிப்பாத்திரமாகச் சித்தரிக்கப்படுகிறாள். தன்னைத் தெய்வமாக நினைத்துக்கொள்பவன் அவள் கணவன். மனிதக் கடமைகளெல்லாம் ஆற்றினாலும், தன் தெய்வத்தன்மை கெடாதிருக்க தன் மனைவியைத் தீண்டாதிருப்பவன். தன் கடமைகள் முடியும்போது அவளிடம் வந்து தான் தெய்வம் என்பதையும், இதுகாறும் அவள் தெய்வத்துடன் வாழ்ந்திருக்கிறாள்

என்பதை நினைத்து அந்த மகிழ்ச்சியில் மீதி வாழ்நாட்களைக் கழிக்கும்படிக் கூறிவிட்டுச் சென்றுவிடுகிறான். மனிதக் கடமை களில் மனைவிக்கு ஆற்றும் கடமையும் இல்லையா என்று அவனிடம் கேட்கத் துடிக்கிறாள் தேவந்தி. ஆனால் கேட்பதில்லை. ஊர் வாயில் விழாமல் இருக்கப் பல கோவில்களுக்குப் போய் தீர்த்தயாத்திரை சென்றிருக்கும் கணவன் நல்லபடியாகத் திரும்பிட வேண்டுகிறாள். ஆனால் அவள் கோபம் ஆறவில்லை. தன் நிலையும் கண்ணகி நிலையும் வேறல்ல என்றே கண்ணகியிடம் கூறுகிறாள். கண்ணகியும் கோவலனிடம் அவன் செய்கைகள் குறித்துக் கேள்வி கேட்க இயலாதவள்தான் என்கிறாள். இன்னொரு கதையான 'சங்கிலி' சிவன், ஆலாலசுந்தரர், பரவை நாச்சியார், சங்கிலியார் இவர்கள் கதைகளையும் சிவன் சுந்தரனைத் தடுத்தாட் கொள்ளும் கதையையும் திருப்பிப்போடுகிறது. முடிவில் ஆலால சுந்தரனுடன் நடக்கவிருக்கும் தன் திருமணத்தை நிறுத்தும் முயற்சியோடு பரவையைப் பார்க்க சங்கிலி விரைவதுபோல் கதை முடிகிறது. இருதார மணத்தை அங்கீகரிக்க அது தெய்வ கட்டளை என்று கதை சொல்கிறது சமூகம் என்ற விமர்சனம் கதையின் மையக் கருவாகும். இக்கதையில் ஆண்மையச் சமூகத்தில் புராணங்கள் உருவாக்கப்படும் விதங்களும் அவற்றில் பெண்கள் சிறுமைப் படுத்தப்படுவதும் வித்தியாசமான விதத்தில் கூறப்படுகிறது. 2012ல் வெளிவந்த, இத் தொகுப்பில் இல்லாத, சுசீலாவின் 'ஊர்மிளை' கதையும் இதிகாசப் பெண்ணான ஊர்மிளையின் கதாபாத்திரத்தை முற்றிலும் மாற்றிக் காட்டும் படைப்பு. மீண்டும் காட்டுக்குக் கொண்டு செல்லப்படும் சீதையுடன் ஊர்மிளையும் காட்டுக்குப் போகத் தீர்மானிப்பதாகக் கூறும் கதை.

## புனைகதை (இரண்டாம் பகுதி)

இளைய தலைமுறையினர் என்று கூறப்படும் பல எழுத்தாளர்கள் புனைகதை வடிவத்தைத் தேர்ந்தெடுத்தது இந்தக் கால கட்டத்தில் தான். குறிப்பிட்டுக் கூறினால் 2000த்தில் தொடங்கிய சகாப்தத்தில் இந்த எழுத்தாளர்கள் புனைகதைப் புலத்தில் புகுகிறார்கள். அதில் சில குறிப்பிட்ட எழுத்தாளர்கள் அதிகக் கவனம் பெற்றிருக் கிறார்கள். இந்தத் தலைமுறையின் குரல்கள் என்று அறியப் படுகிறார்கள்.

சிங்கப்பூரிலிருந்து எழுதும் ஜெயந்தி சங்கர் இந்தக் கட்டத்தில் இணைக்கப்பட வேண்டிய எழுத்தாளர். பல சிறுகதைகளையும், நாவல்களையும், கட்டுரைகளையும் எழுதுபவர். இந்தியாவின் பல

மாநிலங்களில் வளர்ந்து பின்னர் 1990ல் சிங்கப்பூரில் தங்க வந்தவர். 1995 முதல் 2005 வரை நூல் என்று எதுவும் நூலாக அச்சாகாமல் பல்வேறு இதழ்களில் சிறுகதை, கட்டுரை எழுதி வந்தார். 2005லிருந்துதான் இவரின் நூல்கள் வெளிவரத் தொடங்கின. பல சிறுகதைகளும் குறுநாவல்களும் நாவல்களும் எழுதியிருக்கும் இவரின் அனைத்துச் சிறு கதைகளும் அடங்கிய புத்தகம் ஒன்று 2013ல் வெளிவந்தது. சிங்கப்பூரைக் களமாகக் கொண்ட புனைவுகளுக்காகப் பரவலாக அறியப்படுபவர் ஜெயந்தி. 'மனப்பிரிகை' (2008) என்ற நாவலும் 'திரிந்தலையும் திணைகள்' (2012)என்ற நாவலும் பெரிதும் பேசப்பட்ட படைப்புகள். 'திரிந்தலையும் திணைகள்' நாவல் இரு பெண்களின் வாழ்க்கை ஓட்டத்தை சிங்கப்பூரின் செம்பவாங் வட்டாரத்தின் மாற்றங் களூடாகக் காணும் நாவல். பெண்கள் மற்றும் ஆண்கள் கொள்ளும் உறவுகளில் உள்ள காதல், காதல் மறுப்பு, காதல் மறுகல், உறவுகளில் வெளியிடப்படாமல் இருக்கும் ரகசியங்கள், வளரும் குழந்தைகளுடனான போராட்டங்கள் இவை அனைத்தும் அதிவேகமாக மாறிவரும் கலாசாரச் சூழலின் பின்னணியில் இந்நாவலில் கூறப்படுகின்றன. இதில் எதையும் எந்தக் கோட் பாடுகள் மூலமாகவும் விளக்காமல் இயல்பு வாழ்க்கையின் சிக்கலான போக்காகவே காண்கிறார் ஜெயந்தி. அந்தச் சிக்கலில் பெண்கள் எவ்வாறு கட்டப்படுகிறார்கள் என்பதை நிகழ்வுகள் மூலமே நடத்திக் காட்டுகிறார். அண்மையில் வெளிவந்த சிறுகதைத் தொகுப்பின் முன்னுரையில் எழுத்தாளர் அ.முத்துலிங்கம் இவர் கதைகளை முன்தீர்மானம் இல்லாத கதைகள் என்று கூறுவது இதனால்தான். மனிதநேயமும், காருண்யமும் அன்பும் கொண்ட கதைகள் என்று இவர் கதைகளை அவர் குறிப்பிடுவதின் காரணமும் இதுதான். தான் மேடையில் பெரியார் குறித்து முழங்கிப் பேசும் பெண்ணியவாதி இல்லையென்றாலும் பெண்ணியவாதிதான் என்று தன்னைப்பற்றி ஒரு பேட்டியில் கூறிக்கொள்ளும் ஜெயந்தியின் எழுத்தில் தறிகெட்டு ஓடாத் தன்மை இருப்பதால்தான் அவரதுபெண் கதாபாத்திரங்கள் நம்பகத்தன்மை உள்ளவர்களாகத் தெரிகிறார்கள். அவர் தன் கதையையே கூறும் உணர்வு பல வாசகர் களுக்கு எழுவது இதனால்தான்.

தேன்மொழி தலித் எழுத்தாளராக அறியப்பட்டாலும் அவர் எழுத்தின் வீச்சு குறிப்பிட்ட ஒரு வட்டத்துக்குள் இல்லாமல் பரந்த தளத்தில் இயங்குவது. 1996ல் எழுத ஆரம்பித்த இவர் குடும்பத்தின் ஒரே குழந்தையாக இருந்ததால், இவர் தாயார் தந்தையுடன் எற்பட்ட தொடர்ந்த பிணக்குகளால் வீட்டை விட்டுப் போனதும்

தனிமைப்பட்டுப் போனார். பள்ளி ஆசிரியராக இருந்த தந்தை தமிழ் இலக்கியத்தில் ஆழ்ந்த புலமை கொண்டவர். தேன்மொழி அவர் மகளாகவும், தோழியாகவும், மாணவியாகவும் இருந்தார். 1996ல் ஆராய்ச்சி மாணவியாக இருந்தபோது உணர்ந்த தனிமையில் இவர் எழுத ஆரம்பித்தது கவிதைதான். பிறகு சிறுகதைகள் எழுதுவது தன் மனநிலைக்கும் போக்குக்கும் உகந்ததாகப் படவே இவர் சிறுகதைகள் எழுதத் தொடங்கினார். 'நெற்குஞ்சம்' *(2009)* 'கூனல்பிறை' *(2014)* என்ற இரு சிறுகதைத் தொகுப்புகள் இதுவரை வெளிவந்துள்ளன. கிராமமாகவும் இல்லாமல் முழுநகரமாகவும் மாறாத பகுதியில் வளர்ந்து, தற்சமயம் அரசாங்கத்தின் உயர் பதவியில் திருச்சியில் இருக்கும் இவர், தன் கதைகள் மனிதர்களின் உள்மன வெளிகளில் புதைந்து கிடப்பவற்றைத் தேட முயலு கின்றன என்று ஒரு பேட்டியில் கூறியுள்ளார். கிராமத்து வாழ்க்கை குறித்து இதுவரை அறியப்படாத பண்பாட்டுக் கூறுகளையும் இவர் கதைகள் வெளிக்கொணர முயல்வதாய் இப்பேட்டியில் கூறுகிறார். 'நெற்குஞ்சம்' சிறுகதைத் தொகுப்பின் முன்னுரையில் தன் கதைகள் மழைக்காலத்தில் குல்லென்று வெளிவரும் காளான்கள்போல், பொங்கி வழியும் வாழ்க்கையின் எதிர்பாராத தருணங்களில் வருகின்றன என்கிறார். 'அடைமழைக்கு சாட்சியாய் நிலத்துக்குக் குடைபிடித்தபடி சிரிக்கும் காளான்போல, வாழ்க்கைத் ததும்பல் களில், நிச்சயிக்கப்படாத தருணங்களில், படைப்பு, என்னிடமிருந்து வெளிக்கிளம்புகிறது' என்று அதை விளக்குகிறார். உறவினர் புடைசூழ்ந்து ஒப்பாரி வைக்கும்போது பேசும் இறந்த பெண்ணின் குரலாக ஒரு கதை, பாலியல் பலாத்காரத்தை எதிர்க்க முடிவெடுக்கும் விவசாயக் கூலிப் பெண், இவ்வாறு வாழ்க்கையின் அதிர வைக்கும் உண்மைகளைப் பற்றிய கதைகளை எந்தவித உணர்ச்சி வேகமும் கூவல்களுமின்றி கூறிச் செல்கிறார் தேன்மொழி. இரண்டாம் தொகுப்பில் இவர் பல தளங்களை அசாதாரணமான எளிமையுடன் கடக்கிறார். உடல் நலிவுற்று மகளுடன் தங்கி பாசத்தையும் தொல்லையையும் தரும் அப்பா, கதை சொல்லும் ஆத்தாக்கள், சோறு பொங்காமல் பன்னிரண்டு வயதுப் பெண்ணிடம் 'போய் வாரேன், பத்திரமா இரு' என்று கூறி வீட்டை விட்டுப் போய்விடும் கோபக்கார அம்மாக்கள், சைக்கிள் ஓட்டத் தெரியாக் கணவனுடன் டபுள்ஸ் போய் வாழ்க்கை எல்லாம் விழுந்து எழுந்தும், பாதுகாப்புத் தரும் நாணல் காடாய் அவனை உருவகித்து அவனைக் காதலிக்கும் மனைவி, மனைவிக்கு எந்த ஊறும் நேராதபடி சாராயம் காய்ச்சும் கணவனை இழந்தபின் மகன்களும் பேரன்களும் அவளைச் சாராய வழக்கில் மாட்டி

விட்டதும் ஊமத்தைப் பழங்களை இடுப்பில் கட்டிக்கொண்டு தனி நடை போகும் கிழவி, உறவாட வரும் பேய்கள் என்று பல அடுக்குகளாக எழுகின்றன கதைகள். பெண்கள் பல கதைகளில் இருந்தாலும் பெண்களின் வாழ்க்கையிலுள்ள, கண்ணில்படாமல் மறைந்திருக்கும் உணர்வுகளையும், ஆழ்மனத்து உணர்வுகளையும் இவர் தொட்டாலும் படிப்பவர்கள் மனங்களை அவஸ்தையில் ஆழ்த்தும்படி ஆனால் கத்திகொண்டு கீறுவதுபோல் இல்லாமல் எழுதுகிறார். இதிகாசப் பெண்களை இவர் மறுவாசிப்பு செய்திருக்கிறார். யசோதராவையும் ஆரியமாலாவையும் முற்றிலும் வேறு நோக்கில் பார்க்கிறார். யசோதரை இதில் பெண்புத்தனாகவே மாறிப்போகிறாள். அவள் பெண் என்பதைத் தவிர, உடலால் ஒரு குழந்தையைப் பெற்றவள் என்பதைத் தவிர அவளுக்கும் புத்தனுக்கும் எந்த வித்தியாசமும் இல்லை. தன்னையே அவள் போதிமரமாக்கிக்கொள்கிறாள். புத்தனை எதிர்கொண்டு அவன் சரியான முறையில் விடைபெற கருணையுடன் வழிவகுக்கிறாள். ஆரியமாலை காத்தவராயன் கதையை இரு வேறு சாதிகளின் மோதலாகப் பார்க்கிறார். காத்தவராயனின் அம்மா அவளிடம் சாதித் தீட்டு என்பது இல்லாத ஒன்று என்பதை வெகு தெளிவாகக் கூறுகிறார். இந்தக் கூற்று, தீண்டத்தாகதவள் என்று கருதப்படும் பெண் ஒருத்தி, உயர்குலம் என்ற நம்பிக்கையுடன் வளர்த்தப் பட்டிருக்கும் இன்னொரு பெண்ணுக்குச் சொல்வது போல் அமைந்திருப்பது, இரு பெண்களின் உரையாடல் மூலம் மாற்றங்கள் வரலாம் என்ற செய்தியைக் கூறுகிறது. கிழவி ஒருத்தியைப் பற்றி எழுதி, வயதானவர்கள் படும் கொடுமையைக் கூறுகிறார். மனப் பிறழ்வு கொண்ட பெண் ஒருத்தியைப் பற்றி மிகவும் வித்தியாசமான முறையில், அபூர்வமான மனோதத்துவ நோக்கில் எழுதியிருக் கிறார். சிறு பிள்ளைகள் தாயின் பைத்திய நிலையையும் மீறி அவளை நேசித்து, அவளை மற்றவர்களின் விமர்சனக் கண்களி லிருந்தும் பாதுகாக்க முயலும் அபூர்வமான உணர்வுகளைக் கூறும் கதை. இவர் கதைகளில் வரும் அப்பாக்களை எழுத அசாதாரணமான மகளால்தான் முடியும்.

தமயந்தி சிக்கலான உறவுகளுக்குள் பூக்கும் சிறு மகிழ்ச்சிகள், அதில் ஒலிக்கும் சினிமாப் பாடல்கள், தோற்றுப்போன குடும்ப உறவுகள், நீடித்துக்கொண்டு செல்லும் சோர்வு, காதல் தோல்விகள் வெற்றிகள் இவற்றை அலையாய் அடித்துக்கொண்டு போகும் வாழ்க்கை ஓட்டம் இவை எல்லாம் பின்னிப்பிணைந்து முடிச்சு களாக இறுகிக்கிடக்கும் நிலையைக் கதைகளாக்குகிறார். புனிதம்

குலைந்த மனித உறவுகளும் அவற்றில் தானேயும் தள்ளப்பட்டும் நுழையும் பெண்களும் ஆண்களும் இவர் கதைகளின் மைய நபர்கள். இதுவரை 'அக்கக்கா குருவிகள்' (2000), 'சாம்பல் கிண்ணம்' (2001), 'வாக்குமூலம்' (2010) 'வண்ணத்துப் பூச்சியும் சில மார்புகளும்' (2014) என்ற சிறுகதைத் தொகுப்புகளையும் 'நிழலிரவு' (2002) என்ற நாவலையும் எழுதியிருக்கிறார். 'சாம்பல் கிண்ணம்' தொகுப்பின் முன்னுரையில் மகிழ்ச்சியும் விரக்தியும் கலந்த மன உணர்வுடன் இருந்த காலகட்டத்தில் இக்கதைகளை எழுதியதாக எந்தக் கூச்சமுமின்றிச் சொல்கிறார். தன் கதைகள் தன் வாழ்க்கையுடன் கலந்து இருப்பவையாகவே தமயந்தி உணர்கிறார். 'சாம்பல் கிண்ணம்' தொகுப்பின் கதைகளில் மரணம் எங்காவது தன் மெல்லிய இழையைப் பரவச் செய்திருக்கிறது என்கிறார். இவரது 'வாக்குமூலம்' தொகுப்பில் வரும் பெண்களும் அவர்கள் ஒதுங்கிக் கொண்ட ஒதுக்கப்பட்ட உலகமும் அதன் தனிமையும் கதைகள் முழுவதும் கொப்புளங்கள்போல் வெடித்துக் கிடக்கின்றன. நல்ல விஷயங்கள் நடக்கும்போது கூட அந்தக் கொப்புளங்கள் ஆறுவதில்லை. கவிதை எழுதியதால் நடு விரல் முறிக்கப்படும் பெண், விடுதியில் தங்கும் பெண்களின் நட்பு, வாழ்க்கையின் பல பயணங்களில் சந்திக்கும் பெண்களும் ஆண்களும் என தமயந்தியின் வாழ்க்கையினூடேயே பயணிக்கின்றன கதைகள். இது குறித்துத் தன் முன்னுரையில் தமயந்தி எழுதுகிறார்: '...திட்டமிட்டு இரு கரைகளுள் செல்லும் நதியின் வாழ்க்கை எனக்கு வாய்க்கவில்லை. வெள்ளத்தில் கரை புரண்டு ஓடித் தன் கரையைத் தானே தீர்மானித்துக் கொள்வதைப்போல் என் கரைகளை நான் நிர்ணயித்துக்கொண்டேன்.' இதில் வரும் கதைகள் புனைவுகள் என்று பொய் சொல்ல முடியாது என்கிறார். 'வாக்குமூலம்' கதை அதைத் தெளிவாகச் சொல்கிறது. அது தமயந்தி தன்னிடமிருந்து பிரிக்கப்பட்டத் தன் மகனுக்கு எழுதிய கடிதம். தன் முன்னுரையில் இக்கதை பற்றி எழுதும்போது, 'என்னால் கண்ணீர்த்துளியின்றி கடந்து போக முடியாத கதை' என்கிறார். 'அந்தக் கதை எந்தன் பின்சாட்சியாய் என் மகனிடம் நாளை பேசும்' என்று கூறுகிறார். இவ்வாறு தன் அந்தரங்கத்தை, தன் வேதனையை, தன் வாழ்க்கையைக் கதைகளாக்கி, தனிப்பட்ட வாழ்க்கையின் வெகு ஆழத்தினுள் நுழையும்போது அதன் வெளி பலரையும் இணைத்துக் கொள்ளும் பரந்த பெண்ணிய அரசியல் வெளியாகிவிடுகிறது எனும் பெண்ணியக் கருத்துக்கு தமயந்தியின் கதைகளை உதாரணமாகக் கூறலாம். ஒரு பெண்ணின் ஆழ்ந்த துயரமோ, பல்வகை அனுபவங்களோ பல பெண்களின் வாழ்க்கையைத் தொட்டு

ஈர்க்கும் காந்தமாய் மாறுவதைப் புனைகதை வெளியில் உருவாக்க முடியும் என்பதைத் தமயந்தியின் கதைகள் நிரூபிக்கின்றன. அவர் வாழ்க்கையின் கதைகள் பலருக்குமாகிப் போவது அப்படித்தான். இதில் பல கதைகள் பிரபல பத்திரிகைகளில் வெளியிடப்பட்டிருக் கின்றன என்பதைப் பார்க்கும்போது அந்தப் பத்திரிகைகளில் வழக்கமாக வரும் கதைகளின் மொழியையும் உள்ளடக்கத்தையும் இக்கதைகள் உடைத்தன என்று கூறலாம்.

2002ல் எழுதிய 'நிழலிரவு' நாவலில் தமயந்தி வரலாற்று நாவல் ஒன்றை எழுதுவதுபோல் ஒரு குடும்பத்திலுள்ள இரு வேறு தலைமுறைப் பெண்களின் வாழ்க்கையின் ஊடாக கிறித்துவம் கம்யூனிசம் இரண்டும் நடைமுறை வாழ்க்கையில் கொச்சைப் பட்டுப் போவதைப் பற்றி எழுத முற்படுகிறார் எழுபது பக்கங்களுக்குள். அவர் கிறித்துவத்தை அகத்தாராக இருந்து கீறிப் பார்த்துள்ளார் என்று காவ்யா சண்முகசுந்தரம் தன் உரையில் இது குறித்துக் கூறுகிறார். நாவலின் இளம் பெண்ணான எலிஸியும் அவள் பாட்டி ரத்னகுமாரி இருவருமே எல்லாப் புனிதங்களையும் கேள்வி கேட்பவர்கள். மாதவிடாயின் போது தலையில் முக்காடு இல்லாமல் போய் நற்கருணை எடுப்பதில் எந்தத் தவறும் இல்லை என்று சொல்பவள் எலிஸி. 'நான் கடவுள்ட்ட போறதுக்கு என் உடம்பும் உடம்போட சம்பந்தப்பட்ட விஷயங்களும் தடைக் கல்லா இருக்காது. என்னை நானாவே கர்த்தர் நேசிப்பார்னு தெரியும். இது அவர் கொடுத்த உடல். அவர் கொடுத்த, கண், புருவம், கழுத்து எனில் மாதவிடாயும் அவர் கொடுத்ததுதான்' என்று கூறுபவள் எலிஸி என்றால், வலது முழங்காலுக்குக் கீழே வெட்டப்பட்டுப் படுக்கையோடு படுக்கையாகக் கிடக்கும் டெபோரா காத்தரீன் ரத்னகுமாரி அவளுக்குச் சிறிதும் குறைந்தவள் அல்ல. கார்ல் மார்க்ஸும் ஏசு கிறிஸ்துவும் சந்திப்பதுபோல் கனவு கண்டு அதை எலிஸியிடம் கூறுபவள். காலமெல்லாம் டீச்சராக இருந்து கிறித்துவ சபைகளினுள் நடக்கும் ஊழல்களைக் கண்ணால் கண்டு மனத்தினுள் பொங்கியவள். கோலமிடுமுன் வாசலில் தண்ணீர் தெளிப்பதுபோல் கதையைக் கொண்டுபோகிறார் தமயந்தி. இங்கும் அங்குமாய் நீர்ச் சிதறல். அதன்பின் தென்னந் துடைப்பம் கொண்டு பரபரவென்று பெருக்கிவிடுதல். பெரிய கோலத்துக்கான புள்ளிகள். கோலம் மட்டும் வாசகர் யூகத்துக்கான புதிர். இவ்வாறு பெருங்கோடுகளையும் கீற்றுகளையும் கடும் கறுப்பாயும், மென் சாம்பலாகவும், வெறும் நிழலாகவும் மட்டும் போட்டு பெண்களின் வாழ்க்கையை வரையும் எழுத்தாளராய் இருப்பவர் தமயந்தி.

பூடகமாகவும் சூசகங்களாகவும் குடும்ப உறவுப் பின்னல்களைக் கதைகளாக உருவாக்கும் எழுத்தாளர் உமா மகேஸ்வரி. சொல்லாமல் விடுபட்டுப் போகும் உரையாடல்கள், உடலின் ரகசிய மொழி, இச்சைகளாகவும், பயங்களாகவும், தணியாத தாகங் களாகவும் உடலில் உறைந்து போகும் அனுபவங்கள் இவற்றைக் கவிதை நடையில் எழுதுபவர். ஆரம்பத்தில் கவிதைகள் எழுதிப் பின்னர் புனைகதை உலகத்துக்கு வந்தவர். 2002ல் 'மரப்பாச்சி' என்ற சிறுகதைத் தொகுப்பையும் 2003ல் 'யாரும் யாருடனும் இல்லை' என்ற நாவலையும் எழுதித் தமிழ் இலக்கிய உலகத்தில் நிலையான ஓர் இடத்தைப் பிடித்தவர். தன் நாவல் குறித்துச் சிறு குறிப்பை மட்டும் நாவலின் முடிவில் எழுதுகிறார். அதில் 'இந்நாவலை எழுதத் தொடங்கியபோது என் மனத்தில் இருந்தவை ஒன்றோடொன்று எந்தத் தொடர்புமற்றச் சிதறல்கள்தான். வாழ்க்கையில் சம்பவங்களும் அனுபவங்களும் வரிசைக்கிரமமாக நிகழ்வதில்லையல்லவா? நினைவுகளின் நிழலாட்டத்தை அநேகம் திரைகள் மூடியிருந்தன. பெரும்பாலும் வீட்டுக்குள்ளேயே கழிந்த என் குழந்தைப் பருவத்தில் என்னைச் சுற்றியிருந்த பெண்கள், அவர்களின் பிரத்யேகமான குணாம்சங்கள், உள் மனங்களில் கசிந்துகொண்டிருந்த துக்கம், மனித உறவின் சிக்கல்கள் என்று எழுத முயன்றபோது, நான் எண்ணியேயிராத விசித்திரமான திசைகளுக்கு என்னைச் சொற்கள் இழுத்துச் செல்வதை உணர்ந்தேன்' என்று தன் கதை உருவான விதம் குறித்துக் கூறுகிறார்.

தன் கவிதைகளுக்காகவே அறியப்பட்டு, பிறகு வெகுவாகப் பேசப்பட்ட நாவல் ஒன்றை எழுதிய இன்னொரு எழுத்தாளர் சல்மா. 'இரண்டாம் ஜாமங்களின் கதை' 2004ல் வெளிவந்தபோது அது வீட்டினுள் முடக்கப்பட்டிருக்கும் முஸ்லிம் பெண்களின் உலகத்தை, திரைகள் அனைத்தையும் கழற்றிக் காட்டியது என்றால் மிகையில்லை. பதிமூன்று வயதிலிருந்தே வயதுக்கு வந்த பல கிராமத்துப் பெண்களைப்போல் வீட்டினுள் அடைக்கப்பட்டிருந்த சல்மா பதுங்கி வாழும் தலைமறைவு எழுத்தாளராகத்தான் இருந்தார். ரொக்கையா, ராசாத்தி என்ற தன் பெயர்களை விடுத்து சல்மா என்ற பெயருடன் ரகசியமாகத்தான் எழுத ஆரம்பித்தார். தற்சமயம் அவர் வாழ்க்கை திரைப்படமாக்கியிருப்பதாலும், அரசியலில் இருப்பதாலும் பலராலும் அறியப்பட்டவராகவும் இருக்கும் சல்மாவை ஓரளவுக்கு ஸித்தி ஜுனைதா பேகத்துடன் ஒப்பிட முடியும். காரணம் சல்மா எட்டாவது வரை மட்டுமே படித்தவர். முஸ்லிம் சமுதாயத்துப் பெண்கள் வாழும்

வாழ்க்கையில் உள்ள அவலங்களையும், உடல் ரீதியாகவும் மன ரீதியாகவும் அவர்கள் நசுக்கப்படுவதையும் சமரசங்களுடன் கூடிய அவர்கள் வாழ்க்கையையும் எந்த விதப் பூச்சுகளும் இன்றி உடைத்துச் சொன்னவர். இருவர் கூறும் விதங்களும் வேறு பட்டாலும் இருவருமே முஸ்லிம் சமுதாயத்தில் பெண்கள் செய்யாத செயல்களைச் செய்தவர்கள். அதற்கான விளைவுகளை எதிர்கொண்டவர்கள்.

2009ல் 'உப்புக் கணக்கு' என்ற நாவலை வெளியிட்டு கவனத்தை ஈர்த்தவர் வித்யா சுப்பிரமணியம். வேதாரண்யம் உப்பு சத்தியா கிரகத்தையும் தேசப் பிரிவினையும் குறித்துஎழுதப்பட்ட இந்த நாவலின் மையப் பாத்திரம் ஒரு லட்சியவாதி ஆண். சுதந்திரப் போராட்டக் காலத்தில், இந்தியப் பண்பாடு, நாடு குறித்த தீர்மானமான கருத்துகள், ஆழ்ந்த புலமை இவை கூடிய, நம் மனத்தில் ஆழப் பதிந்துள்ளகாந்தியவாதி.பெண்களின் நிலை, அவர்கள் வாழ்க்கை இவை குறித்த விவரங்கள், அரசியல் கொந்தளிப்பில் அவர்கள் சிதைவது போன்ற விவரங்கள் சற்றே மிகைப்படுத்தப்பட்ட நாடகத் தன்மையுடனும் திடீர்த்திருப்பங் களுடனும் எழுதப்பட்ட இந்த நாவல், காந்தியைப் போற்று வதுடன், விமர்சன நோக்குடனும் அவரை அணுகுகிறது. மற்றும் பிரிவினையின்போது ஆர்.எஸ்.எஸ் என்று அறியப்படும் ராஷ்ட்ரீய ஸ்வயம்சேவக் சங்க் எப்படிப் பங்காற்றியது என்ற கோணத்தையும் பார்க்கிறது.

இன்னும் இரு கவிஞர்கள் சிறுகதை எழுத்தாளர்களாக 2013ல் புத்தகங்களை வெளியிட்டார்கள். குட்டி ரேவதி 'நிறைய அறைகள் உள்ள வீடு' (2013) என்ற சிறுகதைத் தொகுப்பையும், 'பிருந்தாவும் இளம் பருவத்து ஆண்களும்' (2013) என்ற தொகுப்பை அ.வெண்ணிலாவும் வெளியிட்டனர். 'நிறைய அறைகள் உள்ள வீடு' கவிதைத் தொனியிலேயே எழுதப்பட்ட சிறுகதைத் தொகுதி எனலாம். உருவகமாகவும் நேரிடையாகவும் உறவுகளைப் பற்றிப் பேசும் சிறுகதைகளைக்கொண்ட இத் தொகுதி உறவுகளின் கட்டிப்போடும் தன்மையையும் அதை மீற எப்போதும் பெண்களும் ஆண்களும் முயல்வதையும் காடும் கடலும் சூழ்ந்த கதை உலகில் இருந்து சொல்கிறது.

அ.வெண்ணிலாவின் கதைகள் நெசவுத் தொழில் செய்யும் பெண்களின் கதைகள். முன்னுரையில் வெண்ணிலா, 'பெண் உடல் மீது உறவின் பெயரால், அன்பின் பெயரால், நட்பின் பெயரால்,

காதலின் பெயரால் நடத்தப்படும் வெளித் தெரியாத, ஆனால் தினம் தினம் உலகத்தின் அத்தனை மூலைகளிலும் நடைபெற்றுக் கொண்டிருக்கும் வன்முறையைப் பற்றி இந்தக் கதைகள் பேசுகின்றன. இந்தக் கதைகளைப் படிக்க நேரும் எந்தப் பெண்ணும் தன் இளமைப் காலத்தில் கருக்கப்பட்ட ஒரு தினத்துக்குச் சென்று வருவாள் என்பதை என்னால் உறுதியாகக் கூற முடியும்' என்கிறார். திருவண்ணாமலை மாவட்டத்தைச் சார்ந்த தறி போடும் குடும்பத்துப் பெண்கள், ஒரு கழிப்பறை கூட இல்லாமல் தங்கள் விளையாட்டையும் படிப்பையும் அமைத்துக்கொள்ளும் சிறுமிகள், அவர்கள் எதிர்கொள்ளும் வன்முறைகள், அவர்கள் உள்ளே உறையும் பயங்கள் இவற்றுடன் நகர்ப்புறத்து வாழ்க்கை, அதில் உள்ள பெண்கள், குழந்தைகள், உறவுகள் என்று 17 கதைகள் மூலம் வாழ்க்கையின் சீவல் ஒன்றை அரிந்து தருகிறார் வெண்ணிலா.

2014ல் வந்த சிறுகதைகளில் கவிதா சொர்ணவல்லியின் 'பொசல்' (2014) சிறுகதைத் தொகுப்பு, தான் பிறந்து வளர்ந்த ஊரையும் அதன் ஆற்றையும் கடவுள்களையும் வீடுகளையும் வீட்டை ஆண்டபடி வியப்பூட்டும் கதைகளைச் சொல்லும் பெண்களையும் அவர்கள் உணவு படைத்த விதங்களையும் நெரிசலான நகர்ப்புறத்தில் வாழ வந்துவிட்ட பெண் ஒருத்தி ஒருவித ஏக்கத்துடனும் நினைவுகளைப் பத்திரப்படுத்தும் கவனத்துடனும் சொல்லும் கதைகளையும், காதலையும் உறவுகளையும் பற்றிப் புரிந்துகொள்ள முயலும், சிரிப்பையும் சிறு அழுகையையும் ஊட்டும் வாய்பிளந்து நோக்கும் புதிர் விடுபடும் வாழ்க்கைக் கட்டங்களையும் காட்டும் கதைகளையும் கொண்டது. எட்டுக் கதைகள் உள்ள தொகுப்பு இன்னும் வாழ்க்கையை முற்றிலும் புரிந்துகொள்ளும் முயற்சி.

•

## சுயசரிதை

தொண்ணூறுகளில் கவனத்தைப் பெற்ற இன்னொரு இலக்கிய வடிவம் சுயசரிதையாகும். வாழ்க்கை அனுபவங்களை வரலாறாக எழுதுவது இலக்கிய அந்தஸ்தைப் பெற்றது இந்தக் கால கட்டத்தில்தான். இதற்கு வழியமைத்துக் கொடுத்தது 1998ல் வெளிவந்த அழகிய நாயகி அம்மாளின் 'கவலை: எங்கள் கதை' என்ற குடும்ப வரலாறு. வாழ்க்கையே இருளாய், வெளிச்சமென்பதே இல்லாததாய், கவலையால் மூடப்பட்டதாக

இருந்ததால் இந்தக் குடும்ப வரலாற்றுக்குக் 'கவலை' என்ற பெயரைத் தந்ததாய் அழகிய நாயகி அம்மாள் கூறுகிறார். குடும்பத்தை வழிநடத்திக்கொண்டு போவது தொடர்ந்த போராட்டமாக இருந்தது அழகிய நாயகி அம்மாளுக்கு. சமைக்கும் பாத்திரங்களுக்குக் கூடப் போராட வேண்டிய இல்லறம். எழுத்தாளர் பொன்னீலனின் அன்னை அழகிய நாயகி அம்மாள். அவர் வற்புறுத்தலால் குடும்ப வரலாற்றை மெல்ல மெல்ல உடல் நலம் அனுமதித்தபோதெல்லாம் எழுதி முடிக்கிறார் ஓர் ஆண்டு காலத்தில். இதை எழுதிய கதையைக் கூறும் முன்னுரையின் முடிவில் சபாபதி என்ற பொன்னீலனுக்கு வேண்டுகோள் ஒன்றை விடுக்கிறார்: 'அப்பா சபாபதி, நான் ஒரு வருசமாக கஷ்டப்பட்டு எழுதிய இந்தக் கதையை அலக்ஷியமாய் நினைத்து, தூரத்தில் போடாமல், இதிலுள்ள முக்கியப் பாகங்களையாவது சுருக்கமாக எழுதி, வாக்கியங்களைத் திருத்தி அமைத்து எழுதி, உன் கதைகளோடு இதுவும் ஒரு கதையாக வைத்துக்கொள்ளும்படி கேட்டுக் கொள்கிறேன்.' படித்தபின் அவர் அன்னை தன் கணவனை இருட்டடித்திருக்கிறார் என்று தோன்றுகிறது பொன்னீலனுக்கு. அது மட்டுமல்ல முடிந்தபோதெல்லாம் அவரை இழிவு படுத்தியிருக்கிறார் என்றும் தோன்றுகிறது. அன்னையிடம் இது குறித்துக் கேட்கும்போது, 'என் பார்வையில் அப்படித்தான்' என்கிறார் அழகிய நாயகி அம்மாள். காந்தியத் தொண்டரான, ஜீவா போன்ற பொதுவுடைமைவாதக் கட்சியின் தலைவர்களின் தோழரான, பெண்களைப் பெரிதும் மதித்த தன் தந்தை அன்னையின் பார்வையில் தோன்றும் விதத்தைப் பற்றிப் பின்னுரையில் குறிப்பிடுகிறார் பொன்னீலன். ஆனால் அழகிய நாயகி அம்மாளின் பார்வையை எந்த விதத்திலும் மாற்ற முயற்சிப்பதில்லை என்பது இந்தக் குடும்ப வரலாற்றை ஓர் ஆவணமாக்குகிறது. ஒரு பெண் தன் வாழ்க்கையையே கவலை சூழ்ந்த ஒன்றாக எண்ணியிருப்பது குடும்ப வாழ்க்கையில் பெண் எதிர்கொள்ள வேண்டிய பல்வேறு துன்பங்களையும், எதிர்நீச்சல் போட வேண்டிய தருணங்களையும் எப்போதாவது வந்துபோகும் சிறு இன்பங்களைக் கூட அனுபவிக்க விடாமல் குலைக்கும் புயல்களையும் தெளிவாகக் கூறுகிறது. தன் சுயசரிதையே ஒரு குடும்ப வரலாறு என்று எண்ணியிருப்பது குடும்பம் என்ற அமைப்பினுள் எவ்வளவு தூரம் பெண் அமிழ்த்தி வைக்கப் பட்டிருக்கிறாள் என்பதைக் காட்டுகிறது.

தன் வரலாறு பாணியில் புதினங்கள்போல எழுதப்பட்ட இரு புத்தகங்கள் 2006லிலும் 2014லிலும் வெளியாகின. முதலாவது கவிஞரான வத்ஸலா எழுதியது. இரண்டாவது எம்.ஏ.சுசீலா

எழுதியது. வத்ஸலாவின் 'வட்டத்துள்' ஒரு குடும்பத்தில் உள்ள பெண்ணின் வாழ்க்கையை, அவள் மகள் வாழ்க்கையை எழுதிச்செல்கிறது. இந்தச் சுயவரலாற்றுப் புதினத்தின் வெற்றி யாரையும் சக்தியாகவோ, பத்தினிகளாகவோ, பலிகடாக்களாகவோ உருவாக்காமல், கோபமும் தாபமும் காழ்ப்பும் பொறாமையும் அன்பும் தியாகமும் கொண்ட இயல்பான மனிதர்களாக அவர்களை உள்ளபடியே காட்டுவதுதான். வயதான கணவருக்குப் பணிவிடை செய்யும் வயதான பெண்ணுக்கு அன்பும் காதலும் பொங்கிவராது எப்போதும். அலுப்பும் சலிப்பும் கடுப்பும் அதே சமயம் கடமையைச் செய்யும் உணர்வும் குற்ற உணர்வும் கலந்து வருவதுதான் இயல்பு. புதினம் தொடங்குவதே இத்தகைய சலிப்புடன்தான். பல குறைகள் உள்ள ஒரு பெண்ணால் லட்சிய மனைவியாகவோ தாயாகவோ இருப்பது சாத்தியமில்லை. பெண் என்பவள் தாய்மை பொங்குபவள், எல்லாக் குழந்தைகளும் அவளுக்குச் சமம்தான், அவள் கணவனிடமிருந்து எதையும் எதிர்பார்க்காதவள் போன்ற பொய்ப்பிம்பங்களை உடைத்தெறிகிறது 'வட்டத்துள்' நாவல். இதில் வரும் ஜானகி பெரிய குடும்பத்திலிருந்து வருவதால் கர்வமுடையவள். நல்லவள், ஆனால் பல குறைகளும் உள்ளவள். தனக்காகப் பலர் மனங்களைச் சிதைக்கக் கூடியவள். பெண்ணின் மனத்தைக் கூட. ஜானகியின் அம்மா அலமு, ஜானகி, அவள் பெண் பிரேமா, பிரேமாவின் பெண் தீபா எனக் கிட்டத்தட்ட நான்கு தலைமுறைப் பெண்களைப் பற்றிய கதை இது. வாழ்க்கையின் மேடு பள்ளங்களையும் அவற்றை உண்டாக்குபவர்களையும் கடப்பது அவ்வளவு எளிதல்ல என்பதை நடுத்தரப் பிராமணக் குடும்பத்தின் பெண்களின் வாழ்க்கைகள் மூலம் சொல்கிறார் வத்ஸலா. அவர்கள் வாழ்க்கையை ருதுக்களாகப் பிரித்து வட்டத்துள் சதுரமாக நின்றதன் மூலம் வட்டத்தை அழிக்க வித்திட்ட மூதாதையப் பெண்களின் கதைகளுடன் தற்காலத் தாய் மற்றும் மகளின் கதையையும் சொல்கிறார்.

தனது நாற்பத்தெட்டாவது ஆண்டில் முதன்முதலாகக் கவிதை எழுதத் தொடங்கிய வத்ஸலா, ராஞ்சி பல்கலைக்கழகத்தில் இயற்பியலில் முதுநிலைப் பட்டமும் இந்தியத் தொழில்நுட்பக் கழகத்தில் கணிப்பொறியியலில் முதுநிலை ஆராய்ச்சிப் பட்டமும் பெற்றவர். 25 வருடங்கள் சென்னை இந்தியத் தொழில்நுட்பக் கழகத்தின் கணினி மையத்தில் ஸிஸ்டம்ஸ் இஞ்சினீயராகப் பணிபுரிந்து 1999ம் ஆண்டில் விருப்ப ஓய்வு பெற்றவர்.

'ஒரு பெண் உயிர் வாழ்வதற்கு அத்தியாவசிய தேவை உணவு, உடை, கூரை, கணவன் என நம்பும் சமுதாயத்தில் எனது

வாழ்க்கைக்கு உணவு, உடை, கூரை, தன்மானம் இவை போதும் என முடிவெடுத்ததும் எனக்கு ஏற்பட்ட பல பிரச்சினைகளுக்கு ஒரு காரணம் நான் பெண் என்பதும், இன்னொரு காரணம் மேற்சொன்ன பட்டியல்களில் உள்ள வேறுபாடுதான் என்று புரியாமலேயே மடிவதும் உயிர்த்தெழுவதுமாய் ஓடிற்று என் வாழ்க்கை' என்ற முன்னுரை வரிகளுடன் தன் சுயவரலாற்றைத் தன் தாயின் கதையுடன் தொடங்கும் வத்ஸலா, சில தோழமைகளின் மூலம் புரிதல்கள் கிட்டியதால் எழுத முற்பட்டேன் என்கிறார். மெத்தப் படித்த ஒரு பெண்ணுக்கே புரிதலும் வெளிப்பாடும் எளிதான வையாக இல்லாமல் இருக்கும்போது, வெளிப்பாடு என்பது பல பெண்களுக்கு எட்டாக்கனியாக இருப்பது ஏன் என்பது புரிகிறது.

முன்னுரை எழுதிய அசோகமித்திரன் இக்கதையை ஆங்கில எழுத்தாளர் மிஸஸ் ஹென்ரிவுட்டின் நாவல்களுடன் ஒப்பிடுகிறார். பத்தொன்பதாம் நூற்றாண்டில் எழுதி 1887ல் இறந்த மிஸஸ்ஹென்ரிவுட் பெண்ணின் பாடுகளை, அவள் காதலை, தடுமாற்றங்களை, குடும்பச் சிக்கல்களைப் பல நாவல்களில் எழுதியவர். 1887ல் இவர் இறந்த பின்பும் இவர் புத்தகங்கள் வெளியிடப்பட்டு வந்தன. நேர்கோட்டுக் கதைப்போக்கில் எழுதப்பட்ட இவர் கதைகளுடன் வத்ஸலாவின் இப்புதினத்தை ஒப்பிடுவது சரியல்ல என்றே தோன்றுகிறது. பல அடுக்குகளில் எழுதப்பட்டுள்ள 'வட்டத்துள்' தற்காலத்து எழுத்துப்பாணியில் வைக்க வேண்டிய புதினம். பெண்களைப் பற்றிக் கூறுவதாலேயே இப்புதினம் பத்தொன்பதாம் நூற்றாண்டை யாருக்கும் நினைவு படுத்தக் கூடாது. பெண்களின் கதைகள் ஒவ்வொரு நூற்றாண்டிலும் பல சிக்கல்கள் கூடியதாய் வேறு வேறு விதங்களில் எழுதப்பட்டு வரும் என்பதுதான் உண்மை. பெண்களின் கதைகள் என்றும் பழங்கதைகள் அல்ல. அவை மீண்டும் மீண்டும் வெவ்வேறு வகைகளில் உயிர்த்தெழும் கதைகள்.

2014ல் வெளிவந்த எம்.ஏ.சுசீலாவின் 'யாதுமாகி'யும் சற்றே மாறுபட்ட சுயசரிதை வடிவத்தில் எழுதப்பட்டுள்ளது. கூட்டுக் குடும்பத்தின் முடிச்சுகளில் இறுக்கப்பட்டிருந்தாலும் குழந்தை விதவையான தன் பெண்ணிடம்,எப்படியும் குடும்ப எதிர்ப்பையும் மீறிப் படிக்க வைப்பதாக வாக்குறுதி அளிக்கும் அன்னம், ஸிஸ்டர் சுப்புலட்சுமியின் விதவைகளுக்கான பள்ளியில் பிடிவாதமாகப் படித்து ஆசிரியையாகி 39 வயதில் தனக்கென்று ஒரு குழந்தை வேண்டுமென்று மறுமணம் செய்துகொள்ளும் அவள் மகள் தேவி, மோசக்காரன் என்று தான் வெறுத்த ஒருவனையே பலவீனமான

தொரு கணத்தில் மணந்த அவள் மகள் சாரு, தேவி பாட்டியை நேசிக்கும் அவள் மகள் நீனா என்று இந்த நாவலும் நான்கு தலைமுறைப் பெண்களின் கதைகளைக் கூறுகிறது. நேர்கோட்டில் செல்லாமல் முன்னும் பின்னுமாகச் சென்று 1926லிருந்து இன்றைய கதை வரை சொல்கிறது. யார் யார் என்று விளக்காத, நம்மையே விளங்கிக் கொள்ளச் சொல்லும் கறுப்பு வெள்ளைப் புகைப்படங்கள் இந்தப் புதினத்தை வேறு ஒரு தளத்துக்கு இட்டுச் செல்கின்றன.

தமிழ் இலக்கிய வெளியைப் புதினங்களாக மாற்றும் எந்த முயற்சியும் இல்லாமல் வாழ்க்கைக் கதைகளாக வந்த இரு புத்தகங்கள் முற்றிலும் மாற்றின. ஆண்களாகப் பிறந்து, ஆணுடலில் சிறைப்பட்டிருக்கும் பெண்ணாகத் தன்னை உணர்ந்து, பெண்ணாக விரும்பி ஆண்குறியை வெட்டிப் பெண்ணாக மாறிய, அரவாணிகள் அல்லது திருநங்கைகள் என்று அழைக்கப்படும் இருவர் எழுதிய புத்தகங்கள் அவை. முதல் புத்தகமான ‘உணர்வும் உருவமும்: அரவாணிகளின் வாழ்க்கைக் கதைகள்’ (2005)-புத்தகத்தின் தொகுப்பாசிரியர் ரேவதி. தான் செய்த தவறுதான் என்ன, ஏன் பயந்து வாழ வேண்டியிருக்கிறது, இரந்து பிழைக்க வேண்டியிருக்கிறது, பாலியல் தொழில் செய்ய வேண்டியிருக்கிறது போன்ற கேள்விகளை எழுப்பிவிட்டுத் தன் கதையைக் கூறும் ரேவதியின் கதையுடன் தொடங்கும் இப் புத்தகம், பால் வரையறைகள் கட்டிப்போட்ட பலர் அவற்றை மீறி வாழும் வாழ்க்கையும் அதில் அதிகாரத்தில் உள்ளவர்கள் கொண்டுவரும் வன்முறையும் அதில் உள்ள இச்சைகளும் ஏக்கங்களும் குறித்து முதல்முறையாக வெளிப்படையாகக் கூறுகிறது. புத்தகத்தின் எதையும் மறைக்காத தன்மை இந்த உலகத்தின் கதவுகளைத் திறந்தது. அவர்கள் உணர்வுகளைக் கூறியது. 2005ல் புத்தகம் வெளிவந்தபோது ஒதுக்கிவைக்கப்பட்டிருந்த இந்த உலகத்தை மையநீரோட்டத்துடன் இணைக்கும் பல முயற்சிகள் நடந்தன.

‘லிவிங் ஸ்மைல்’ வித்யா என்று தன்னைப் பெயரிட்டுக் கொண்டிருக்கும் வித்யாவின் ‘நான் ~~சரவணன்~~ வித்யா: ஒரு திருநங்கையின் உலுக்கியெடுக்கும் வாழ்க்கை அனுபவங்கள்’ (2007) புத்தகம் குறி அறுத்தது முதல் அவர் வாழ்க்கையில் நடந்த எல்லா அனுபவங்களையும் கூறுகிறது. ‘நான் யார்?’ என்ற கேள்வியுடன் தன் வாழ்க்கைப் போராட்டம் தொடங்கியதாக முகப்பட்டையிலேயே கூறும் வித்யா, ‘சொர்க்கம் வேண்டுமென்று நான் கேட்கவில்லை. நரகம் வேண்டாமேயென்றுதான் மன்றாடுகிறேன். எனக்காகவும் என்னைப் போன்ற பிற திருநங்கை

களுக்காகவும்' என்று கூறித் தன் கதையை முடிக்கிறார். எம்.ஏ.மொழியியல் படித்து நாடகங்களிலும் திரைப்படத்திலும் ஆர்வம் காட்டும் வித்யா தனக்குப் பொருத்தமான உடலைக் கண்டெடுத்த இந்தக் கதை, பால் அடையாளங்கள், பால் தன்மைகள், பால் விளக்கங்கள் இவற்றைக் குறித்த மீள்பார்வை எவ்வளவு அவசியம் என்பதை உணர்த்தியது.

•

## கவிதை (முதல் பகுதி)

எண்பதுகளின் ஆரம்பத்தில் மெல்லத் தொடங்கி, இறுதி ஆண்டு களில் வேகமாக எழுந்து, தொண்ணூறுகளிலிருந்து இன்று வரை பற்பல வகைகளில் கிளைத்து, விரிந்து வரும் பெண் எழுத்துகளில் கவிதை முக்கிய வடிவம் பெற்றது தொண்ணூறுகளில் எனலாம். இ.ரா.மீனாட்சி கவிதைகள் எழுதியிருந்தாலும் அவை வித்தியாச மானவையாக இருந்தாலும், பெண்கள் எழுதிய கவிதைகள் ஒரு பேரலையாய் வந்தது தொண்ணூறுகளில்தான். அத்தனை தடை களையும் கட்டுப்பாடுகளையும் முறித்துக்கொண்டு சீறிப் பொங்கி வரும் கடலாய் வந்தன கவிதைகள்.

எண்பது மற்றும் தொண்ணூறுகளின் கவிதைகளை நாம் பார்க்கும் முன்பு இலக்கியப் பத்திரிகையான 'எழுத்து' காலத்திலிருந்து எழுதிய இ.ரா.மீனாட்சியையும் அவர் கவிதைகளையும் அறிந்து கொள்வது அவசியமாகிறது. காரணம் வித்தியாசமானதொரு வாழ்க்கையை வாழ்ந்தது மட்டுமல்லாமல் சாதாரணக் கவிதை களிலிருந்தும் வெகுவாக விலகிய கவிதைகளை எழுதியவர் இ.ரா.மீனாட்சி. கடந்த பல ஆண்டுகளாக பாண்டிச்சேரி ஆரோவில்லில் வாழும் மீனாட்சி 1970ல் 'நெருஞ்சி' என்ற கவிதைத் தொகுப்பை வெளியிட்ட பின் 'சுடு பூக்கள்', 'தீபாவளிப்பகல்', 'மறுபயணம்', 'மீனாட்சி கவிதைகள்', 'வாசனைப்புல்', 'உதயநகர்' எனப் பல கவிதைத் தொகுப்புகளை வெளியிட்டுப் பின்னால் வரும் பெண் கவிஞர்களுக்கு ஒரு ராஜ பாட்டையைப் போட்டார் எனலாம். 2009ல் வெளிவந்த 'கொடிவிளக்கு' கவிதைத் தொகுப்பில் தன் கவிதைகளைப் பற்றிக் கூறும்போது, 'இக்கவிதைகள் வாயிலாக உடல் சார்ந்த துன்பங்கள் இன்பங்கள், மனம் சார்ந்த வீழ்ச்சிகள் எழுச்சிகள், சமூகம் சார்ந்த ஏற்புகள் தகர்ப்புகள் சொல்லப் பட்டுள்ளன. இவற்றிற்கும் அப்பால் நான் எனும் என் உள்முக தரிசனத்தில் தணல் தகிக்காத நெருப்பினுள் இலையாகவும்

அக்கினிக் குழம்பில் அலர்ந்தெழும் மலராகவும் சந்தன ஓடையின் இருகரை ஓரத்தில் செழிக்கும் வைரப் பொன் நாணலாகவும் வளர்ந்து வருகிறேன்' என்று தன் சுயம் குலையாமல் இருப்பதையும் அதன் விடாத தேடலையும் பற்றிக் கூறுகிறார். 'கொடிவிளக்கு' கவிதைத் தொகுப்பில் அவர் உதகையிலிருந்து (பின்பு நாம் காணப் போகும் மறைந்த கவிஞர் ரோகிணி பற்றி) ஒரு கவிதை எழுதியிருக்கிறார். அதில் ரோகிணியின் ஆவேசக் குரலைப் பதிவு செய்கிறார்:

'நீ இவளுக்கு
உடுத்தத் துணி கொடுக்கிறாய்.
இவளைப் பெண் மருத்துவரிடம்
அழைத்துப் போகிறாய்.
இவளுக்கு ஆண்கள்
இழைத்துவிட்ட அநீதியைத்
தட்டிக் கேட்க
சமூகக் குரல் எழுப்ப நீ
செய்யப் போவது என்ன?
போதும் உன் மௌனப் பணி.
போ எழுது
சீறி எழுது
முனை மழுங்கியிருக்கும்
உன் எழுதுகோலைக் கூர்மைப்படுத்து.
சிவப்பு மை நிரப்பு.
சிறுமைகளைத் தட்டிக் கேள்.
சுடும் உண்மை கொந்தளிக்கட்டும்.
அப்படியப்படியே நிகழ்வுகளைப்
பச்சையாகவே பதிவு செய்.
உலவ விடு ஊருக்குள்
கொச்சை மனிதர்கள் கொல்லப்படட்டும்.
பெண்ணின் கட்டாய நிர்வாணத்திற்குப்
பகல் வெளிச்சத்தில் மொழி கூச்சப்பட்டால்
ஆணின் அம்மணத்தை
அரையிருட்டில் அதே மொழி
அச்சேற்றவில்லையா கேள்.
அவைகளில் எல்லாம் அதிர்ந்து கேள்
புதிய ஔவையாய்...'
என்று

என்முன் ஆவேசப்பட்டாள்
கவிஞர் ரோஹிணி.
மென் காவியுடையில் உக்கிரமாயிருந்தாள்.
அவளின் திசுக்கள்
புற்றுநோயால் தின்னப்பட்டுக் கொண்டிருந்த
கவலை நேரத்தில்
கண்களில் வெந்நீர்...

அதே தொகுப்பில் 'சொல்லாத சொல்' என்ற கவிதையில் பெண்கள் சேர்ந்து தீயாய் நடக்கும் பாதை குறித்து வெகு அழகாகச் சொல்கிறார்:

என்னையும் என் அக்காள்களையும்
எங்கள் முன்சென்ற அம்மாக்களின்
ஒத்தையடிப் பாதையிலேயே
மூத்தோர்கள் போகச் சொன்னார்கள்.
இந்தப் பாதைகள் மட்டும்
பின்னேறுவதேயில்லை.
முன்னேயும் தொடுவான மரங்களைத் தவிர
வேறெதும் காட்டுவதில்லை.
நான்
கூட்டம் குதித்துத்
தனியே போனேன்.
காலம் தாண்டினேன்...

எனத் தன் பயணத்தைப் பற்றிக் கூற ஆரம்பித்து, தான் ஒரு சுதேசிப் பாதையை, நேசம் மிகுந்த சுதர்மப் பாதையை எட்டியது பற்றிக் கூறுகிறார். பழைய முட்களைக் களைந்துவிட்டு பின்னால் பார்ப்பதைக் கூறுகிறார்:

கையில் அணையா தீபத்துடன்
பின்னால் திரும்பிப் பார்க்கிறேன்.
மற்றுமொருத்தி
அவளுக்குப் பின் மற்றுமொருத்தி
அவர்களுக்குப் பின்
மேலும் தீ.
புரிகிறதா
எனது சிரிப்பினூடே
சொல்லாத
சொல்லதிர்வுகளின் அர்த்தங்கள்?

தொண்ணூறுகளில் பெருகத் தொடங்கிய பெண்களின் கவிதைகளுக்குப் பின்புலமாக இ.ரா.மீனாட்சியின் கவிதைகளுடன் வேறு கவிதைகளும் இருந்தன. 1980ல் அரசு மணிமேகலையின் 'ஒரு வானம்பாடி வாய் திறக்கிறது' கவிதைத் தொகுப்பும் ரோகிணியின் 'தேன் முள்ளுகள்' தொகுப்பும் வெளிவந்தன. அரசு மணிமேகலையின் தொகுப்பு புதுக்கவிதை என்று கூறப்படும் கவிதை வகையைச் சேர்ந்தவை என்ற விளக்கத்துடன் வெளியிடப் பட்டது. அரசு மணிமேகலை சென்னை காயிதே மில்லத் அரசினர் கலைக் கல்லூரியில் தமிழ்த் துறையில் துணைப் பேராசிரியராக இருந்தவர். சிறந்த மேடைப் பேச்சாளர். தந்தை பெரியாரை பெரிதும் மதித்தவர். இந்தத் தொகுப்பின் கவிதைகள் பேச்சு மொழியில் அமைந்த நேரிடைக் கவிதைகள். வெற்று அரசியல் பேசும் தலைவர்கள், வேலைக்குச் செல்லும் பெண்கள், வீட்டில் இருக்கும் பெண்கள், சமூகத்தின் பொதுவான அவலங்கள் இவற்றை உடைத்துச் சொல்லும் கவிதைகள். 'அரசியல்வாதிகளின் பேச்சு' என்று தலைப்பிட்ட கவிதையில் எள்ளல் தொனியில் அரசியல்வாதிகள் பேச்சு பற்றி இவ்வாறு கூறுகிறார்:

'தண்ணி கொட்டறாப்பலே  
என்னமாப் பேசறார் எம்.எல் ஏ!'  
என்றா நீ பிரமிக்கிறாய்?  
கூட்டத்துக்கு முன்னாலே  
மேடைக்குப் பின்னாலே  
போட்டதே 'தண்ணி'தானே?  
பின்னே  
'தண்ணி' கொட்றாப்பலே  
பேசாமே - காப்பி கொட்றாப்பலேயா  
பேசுவார்???

'பெண்டிர் சமத்துவம்' என்ற கவிதையில் பெண்கள் நிலை குறித்துக் கூறும்போது அவர்கள் வேண்டுவது சமத்துவம் மட்டுமே, ஆண்களைப் பின்தள்ளும் அதிகாரம் இல்லை என்ற கருத்தை வெளியிடுகிறார்:

சமத்துவம் சமத்துவம் சமத்துவமேயெனப்  
பிரெஞ்சுப் புரட்சியில் ஒலித்ததுவே யின்று  
பெண்டிர் உலகத்திலும் ஒலிக்குதுவாம்  
ஆண்களைக் காட்டிலும் அனைத்திலும் முன்னிற்கும்  
அதிகாரம் வேண்டுமென்னும் அர்த்தம் இதற்கில்லை  
சமமாக நிற்கின்றாள்

சமமாக உழைக்கின்றாள்
சவமாகக் கருதாமல்
சமமாக நினையீரோ?...

தந்தை பெரியார் பெண்களுக்கு ஆற்றிய உதவி குறித்து 'பெரியார்' என்று தலைப்பிட்ட கவிதையில் கூறுகிறார்:

...சோறூட்டும் தாய்போல
சுயமரியாதை ஊட்டி
சோர்ந்தே கிடந்த பெண்ணைச்
சுறுசுறுப்பாக மாற்றி
பகுத்தறிவை ஊட்டி வைத்த
பகலவனை வணங்குகின்றேன்!!
நீர் மட்டும் இல்லையென்றால்
பானைசட்டி செய்திருப்போம்
படித்திருக்க மாட்டோம்தான்!!
அடுப்பூதும் பெண்டிருக்குப்
படிப்பெதற்கு என்பார்க்கு
அடை சுட்டு வைத்திருப்போம்
அறுவை சிகிச்சை பயின்றிரோம்!!...

அரசு மணிமேகலையின் கவிதைகள் வெளிவந்த மூன்று மாதங்களுக்குப் பிறகு ரோகிணியின் 'தேன் முள்ளுகள்' தொகுப்பு வெளிவந்தது. எழுத்தாளர் சுஜாதா மற்றும் கவிஞர் மு.மேத்தாவின் முன்னுரைகளோடு வெளிவந்த ரோகிணியின் கவிதைத் தொகுப்பு தார்மிகக் கோபத்துடன் எழுதப்படும் புதுக்கவிதையாகப் பார்க்கப் பட்டது சுஜாதாவால். சுஜாதா இவர் கோபத்தை அமெரிக்க எழுத்தாளர் எரிகா ஜாங்கின் எழுத்துக்குச் சமமானது என்கிறார். நிறையக் கோபித்துக்கொள்ளுங்கள் என வாழ்த்துகிறார். மு.மேத்தா இந்தக் கவிதைகளை வெப்பப் பெருமூச்சாகவும் புயலாக மாறும் எரி மூச்சாகவும் பார்க்கிறார். 'பிரா' அணியாமல் இருப்பது அல்ல பெண்கள் வேண்டும் சுதந்திரம், மனத்தால், சிந்தனையால், எண்ணத்தால் விடுதலை பெறுவது பெண்கள் தேவை என்று ரோகிணி தன்னுரையில் கூறுகிறார்.

பெண்ணின் காதல் தேவை பற்றி ஆணின் மனத்தைக் குத்தாமல் சொல்கின்றன சில கவிதைகள். 'நீ தொட்ட இடங்களையே...' கவிதையில் இவ்வாறு கூறுகிறார்:

பெண்மை!
என்னுள் மென்மையாய்

மிக மென்மையாய்
பேழைப் பாம்பென
பெருமூச்சு விட்டுக்கொண்டு
உறங்குகிறது
நீ ஏன் அதை
எழுப்பக் கூடாது?
இதழ்த் தூரிகையால்
செய்தி அனுப்பக் கூடாது?...
நீ என்னை ஆள்பவன்
நான் உனது சாரதி
ரதத்தினை ஓட்டுவதால்
சாரதி உயர்ந்து விடுவானா?
நான்
உன்னை
இயக்குகிறேன்
என்பதால்
நீ
பொம்மை ராஜா ஆகி விடுவாயா?...

வரதட்சிணை குறித்த கண்டனமும், பல பெண்களுடன் உறவு கொள்ளும் கணவன்மார்களைப் பற்றிய எள்ளலும், அக்னியில் குளித்து வருவதாகக் கூறும் மிரட்டல்களும் இருந்தாலும் வேலைக்குப் போகும் பெண்களைப் பற்றிக் கூறும்போது அவர்கள் பெண்மைக்குரியதாக நினைக்கப்படும் தாய்மையைக் குலைத்துக் கொள்ளும் பெண்கள் என்றே கூறுகிறார். ஆயாக்களிடம் குழந்தையை விட்டுச் செல்லும், தாய்மையைப் பால் பவுடர் டப்பாக்களில் சிறையிடும், ஸ்கூட்டருக்காகவும் ஃபிரிஜுக்காகவும் வேலைக்குப் போகும் பெண்கள் என்று கூறுகிறார். 1981ல் எனக்கு எழுதிய கடிதத்தில் 'நெருப்பு நூலால் பெண்மைப்பூவைக் கட்டாத கவிதைகள்' தன் கவிதைகள் எனப் பல விமர்சகர்கள் கூறுவதாகக் கூறுகிறார்.

இலக்கணத்தின் வரையறைகளை மீறி இருப்பதாலும், சமகாலத்தைப் பற்றிய விமர்சனங்களாக இருப்பதாலும் புதுக் கவிதைப் பாணியில் எழுதப்பட்டிருப்பதாலும் தன் உள்மனத்துச் சிந்தனைகளை வாய் திறந்து கூறும் முயற்சியாக நோக்கப் பட்டதாலும் பெண்ணின் குரலாக அறியப்பட்ட இரு வகைப்பட்ட கவிதைகளான மணிமேகலை மற்றும் ரோகிணியின் கவிதைகள், பெண்கள் வாழ்வைச் சுற்றிக் கட்டப்பட்ட மௌனச் சுவர் மேல் வரைந்த சிறு கீறல்கள் என நாம் கொள்ளலாம். பெண்களின் குரல்கள் வெடித்து வருவது பத்து ஆண்டுகளுக்குப் பிறகுதான்.

ஆனால் இங்கு நாம் கவனத்தில் கொள்ள வேண்டியது ரோகிணி போன்ற கவிஞர்களின் வாழ்க்கையில் பெண்கள் நிலை குறித்த அக்கறை மாறாமல் இருந்தது என்பதுதான். அவர் கவிதைகளில் சுஜாதா கூறும் கோபம் அடக்கிவைக்கப்பட்ட கோபமாகத் தோன்றினாலும் இ.ரா.மீனாட்சியின் பதிவிலிருந்து ரோகிணியின் வாழ்க்கையில் பெண்கள் நிலை குறித்த அக்கறையும் பொது வெளியில் பெண்கள் படும் பாடுகள் வெளிவர வேண்டும் என்ற ஆவேசமும் சீற்றமும் தொடர்ந்து இருந்தன என்பது தெரிகிறது. தன் வாழ்வின் கடைசி நேரத்திலும் பெண்களுக்காகக் குரல் கொடு என்று மீனாட்சியை முடுக்கிவிடுகிறார் ரோகிணி.

பெண்கள் குரல்கள் வெடித்துவந்த விதத்தை இனி பார்ப்போம்.

1986ல் யாழ்ப்பாணத்திலிருந்து, பெண்கள் ஆய்வுவட்ட வெளியீடாக வந்த 'சொல்லாத சேதிகள்' பெண்மொழியை வேறு ஒரு தளத்துக்கு இட்டுச்சென்றது. பெண் என்ற நிலையிலிருந்து எழுதப்பட்ட இக் கவிதைகள், பெண்ணிலைவாதத்தின் அந்தரங்கம் என்பது எல்லோருக்கும் பொதுவான அரசியல் என்ற கருத்தைக் கவிதையாக வெளிப்படுத்தின. பத்துப் பெண்கள் எழுதிய இந்தக் கவிதை நூலின் 'அவர்கள் பார்வையில்' என்ற அ.சங்கரியின் முதல் கவிதையே பெண் எவ்வாறு நோக்கப்படுகிறாள் என்பதைக் கூறுகிறது:

எனக்கு
முகமில்லை
இதயமில்லை
ஆத்மாவும் இல்லை

அவர்களின் பார்வையில்
இரண்டு மார்புகள்
நீண்ட கூந்தல்
சிறிய இடை
பருத்த தொடை
இவைகளே உள்ளன.

சமையல் செய்தல்
படுக்கையை விரித்தல்
குழந்தை பெறுதல்
பணிந்து நடத்தல்
இவையே எனது கடமைகள் ஆகும்.

கற்பு பற்றியும்

மழை பெய்யெனப் பெய்வது பற்றியும்
கதைக்கும்
அவர்கள்
எப்போதும்
எனது உடலையே நோக்குவர்.

கணவன் தொடக்கம்
கடைக்காரன் வரைக்கும்
இதுவே வழக்கம்.

முதல் கவிதையில் இவ்வாறு தொடங்கி நாட்டுக்காகச் செய்யும் போராட்டத்தில் பெண்கள் ஈடுபடும் காலம் குறித்தும், ஆண்களுடனான உறவில் பெண்ணின் தேவைகள் மாறிவிட்டன என்பதைக் குறித்தும் உரத்தும் தெளிவாகவும் சொல்லும் இக்கவிதைகள் ஒரு சரித்திர காலகட்டத்தின் பெண் குரல்கள். 'என்ன செய்வது?/ நான் விடுதலை அடைந்தவள்/ உன்னால்/ அந்த உச்சிக்கு/ வரமுடியாதே!' என்று ஆணிடம் முழங்கும் குரல்கள். இவற்றில் கெஞ்சலோ புலம்பலோ இல்லை. உண்மையைத் திறந்து காட்டும் தைரியமும் நேர்மையுமே உள்ளன.

1990ல் இதே தொனியுடன் திருச்சியிலிருந்து உரத்து வெளிப்பட்ட இன்னொரு குரல் சுபத்ராவுடையது. 'எந்தன் தோழா' என்ற கவிதைத் தொகுப்பில் மாணவர் இயக்கத்தில் தன்னுடன் உழைத்த தோழர்களுக்கு இக்கவிதைகள் மூலம் பெண்கள் மனச் சேதிகளைச் சொல்கிறார். 1986 முதல் நண்பர்கள் சிலருடன் 'சுட்டும் விழிச் சுடர்' என்ற பத்திரிகையை நடத்தி, தற்போது திருச்சியில் ஒரு பள்ளியை நிறுவி அதன் இயக்குநராக இருக்கும் சுபத்ராவின் இக்கவிதைத் தொகுப்பு பெண்கள் இயக்கத்தில் பெரிதும் பேசப்பட்டத் தொகுப்பாக இருந்தது. 'மானுடத்தின் விடுதலைக் குமுறல்' என்று அறிமுகப்படுத்தப்படுகின்றன கவிதைகள். இவ்வுலகத்தை மாற்ற இணைந்து வேலை செய்யும் முன்பு 'என் கரங்களின் மீது/உன் கால்கள் இருந்தால்/கொஞ்சம் நகர்த்திக்கொள்ளேன்' என்று தொடங்கும் முதல் கவிதையிலிருந்து முகமூடிகளைக் கழற்றச் சொல்லி ஆண்களைச் சொல்லும் கவிதை, மனிதர்களாய் மாறும் படியும் வீட்டு வேலையில் பங்கெடுக்கும்படியும் அவர்களுக்குச் சொல்லும் அறிவுரை, வன்முறைப் புணர்வு குறித்த எண்ணங்கள், எப்போது எங்கு போனாலும் தொடரும் ஆணின் வக்கிரங்கள் என்று பெண்கள் வாழ்வின் பல அம்சங்களைத் தொட்டுச் செல்கின்றன கவிதைகள். ஒரு குவளை காப்பி ஆறிப்போனதற்காகத் தன்னை அடிக்க வரும் கணவனிடம் சமூகத்தில் கோபம் காட்ட வேண்டிய பல தருணங்களில் மௌனமாக இருந்துவிட்டு ஆறிப்போன

காப்பிக்காக கையை ஓங்குவது குறித்துக் கேட்கும் மனைவியின் சொல்லாக வரும் 'ஒரு நிமிடம்...!/ஓங்கிய கை/என் கன்னத்தில் பதியுமுன் ஒரு நிமிடம்!' கவிதையும் ''சீ'' என்று உன்னை உதறித் தள்ள/செருப்பெடுத்து உன்னைப் பிய்த்தெறிய -தேவையானால்/ அடிவயிற்றில் கத்தியைச் செருகவும்/ எமக்கு பலம் உண்டு... ஆவேசம் உண்டு' என்ற வரிகளைக் கொண்ட கவிதையும் வெகுவாகப் பேசப்பட்ட கவிதைகள்.

இதற்கு இரண்டு ஆண்டுகளுக்கு முன்பே 1988ல் மிகவும் அமைதியாக மென்குரலில் பெண்களின் வாழ்க்கையின் பேசப் படாத மௌனங்களையும், லகானிடப்பட்ட வெளிப்பாட்டையும் பற்றி 'புதையுண்ட வாழ்க்கை' என்ற கவிதைத் தொகுப்பைக் கொண்டுவந்தார் சுகந்தி சுப்பிரமணியன். பெண் தன் வீட்டில் மாதந்தோறும் அனுபவிக்கும் துன்பத்தை இவ்வாறு கூறுகிறார்:

பெண்ணே உனக்கென்று
தனியிடம் உருவானது இங்கே.
நீ புதிதாய் வயதுக்கு வந்ததற்கு,
அல்லது மாதாந்திர இம்சைகளுக்கு,
அல்லது,
குழந்தை பெற்றதற்கு
அல்லது
புதிய நோய் ஒன்றை எதிர்கொண்டதற்கு

எனத் தொடங்கும் கவிதையில் வயிற்று வலியும் கால் குடைச்சலும் அவளுக்கு அளிக்கப்பட்ட மூலையில் கவனிக்கப்படாமல் போவது குறித்தும், சமையல் மட்டும் அந்த நேரத்திலும் அவள் செய்ய வேண்டும் என்று எதிர்பார்க்கப்படுவதும் பற்றி எழுதி, பெண் உடல் அதிகாரத்துக்குக் கட்டுப்படுவது குறித்து எழுதுகிறார் சுகந்தி. வாழ்க்கையில் காதல், குழந்தைப் பேறு எல்லாமே பொருளா தாரத்தில் குறுக்கப்படுவது குறித்த சில கவிதைகள் பெண்ணின் இச்சைகள் அன்றாட வாழ்வில் தொலைந்துபோவதைக் கூறுகின்றன. தொலைந்து போகும் விஷயங்களில் நினைவுகளையும் சேர்க்கிறார் சுகந்தி. 2003ல் சுகந்தியின் மொத்தக் கவிதைகளின் தொகுப்பாக வந்தது 'மீண்டெழுதலின் ரகசியம்.' இதில் பெண்ணின் அன்றாட உலகம் சர்க்கரைக்காக, பச்சை மிளகாய்க்காக, காப்பிப்பொடிக்காக, தக்காளிக்காக அவள் ஏற்படுத்திக்கொள்ளும் பெண் உறவுகள், நிரந்தர வீடு இல்லாத குறைகள், சொற்களாகவும் செயல்களாகவும் குத்தும் முட்கள் என வீட்டினுள் உள்ள பெண்ணின் உலகத்தைக் கண்முன் விரிக்கின்றன கவிதைகள்.

ரோஜாக்களைப் பற்றி
பேசியும் புகழ்ந்தும்
அலுத்துவிட்டது
தினப்படி வாழ்க்கையில்
முட்களுடனே பரிச்சயம்
என்பதால்.

என்ற கவிதை வரிகள் இந்த வாழ்க்கையின் சலிப்பை வெளிப்படுத்து கின்றன. 'உதிரக்கவிச்சி படிந்த கவிதைகள்' என்று இக்கவிதைகள் பற்றிக் கூறும் பெருமாள் முருகன், 'பெண் பார்வை நோக்கும் பலவிதமான காட்சிகளூடே மனம் விரும்பும் சஞ்சார உலகிற்கும் பிடித்து இழுக்கும் லௌகீகக் கண்ணிக்குமான இடைவிடாத போராட்டமாக சுகந்தியின் கவிதைகள் விரிகின்றன' என்கிறார்.

## கவிதை (இரண்டாம் பகுதி)

இதே காலகட்டத்தில் கணிப்பில் எடுத்துக்கொள்ள வேண்டிய வேறு சில கவிஞர்கள் கனிமொழி, குட்டி ரேவதி, சல்மா, மாலதி மைத்ரி, சுகிர்தராணி, இளம்பிறை, சே.பிருந்தா, மாலதி, க்ருஷாங்கினி, வத்ஸலா, அ.வெண்ணிலா, தமிழச்சி, அரங்கமல்லிகா, திலகபாமா, சக்திஜோதி, பெருந்தேவி, லீனா மணிமேகலை, முபீன் சாதிகா, கீதா சுகுமாரன் முதலியோர். இவர்களில் சிலரின் கவிதைகளை இப்பகுதியிலும் இன்னும் சிலரின் கவிதைகளை வேறொரு பகுதியிலும் பார்ப்போம்.

1993ல் தன் 'மௌனக்கூடு' கவிதைத் தொகுதியை வெளியிட்ட இளம்பிறை 1998ல் 'நிசப்தம்', 2003ல் 'முதல் மனுசி', 2005ல் 'பிறகொரு நாள்' எழுதிய பிறகு, 2007ல் அதுவரை எழுதிய கவிதைகளின் முழுத்தொகுப்பாய் 'நீ எழுத மறுக்கும் எனதழகு', 2011ல் 'இறகுகள் உதிர்ந்து கிடக்கும் ஏரி' என்று ஆறு கவிதைத் தொகுதிகளை வெளியிட்டவர். தன் கவிதைகள் ஆண் எதிர்ப்புக் கவிதைகள் அல்ல எனக்கூறும் இளம்பிறையின் கவிதைகளில் விவசாயக் கூலியாக உள்ள தன் தாய் பற்றிய பல கவிதைகள், அறுவடைக் காலத்தில் வீட்டுக்குச் சோர்ந்து வரும் பெண் சாராயம் குடித்துவிட்டு வந்திருக்கும் கணவனிடம் தன் சோர்வு பற்றிக் கூறி அடிக்காமல் இருக்கும்படி வேண்டுவது போன்ற விவசாய வாழ்க்கையின் பல அம்சங்கள், அந்த வாழ்க்கையில் பெண்களின் உழைப்பு, இவற்றை ஒட்டியதாக அமைந்துள்ளன. ஆசிரியையாக இருக்கும் இளம்பிறை சென்னையில் வாழ்ந்தாலும் தான் வளர்ந்த

கிராம வாழ்க்கையின் பெண்களே இவர் கவிதைகளில் அதிகம் வருகிறார்கள். நகர வாழ்க்கையில் இன்னும் ஒட்டாதவர் போலவே இருக்கிறார் இளம்பிறை. அவர் கவிதைகளும் அவ்வாறே உள்ளன. உழைக்கும் பெண்களின் கடினமான வாழ்க்கை, குறிப்பிட்டுச் சொன்னால் மகளுக்காக ஒரு ஜோடி செருப்பு வாங்கக் கூடக் கஷ்டப்பட்ட அவர் அன்னை போன்றவர்கள் அவருள் ஏற்படுத்திய அழுத்தங்கள் இவையே அவர் கவிதைகளாக வெளிப்படுகின்றன எனலாம். ஒரு கிராமத்துப் பெண்ணின் குரலாய் வெளிப்படும் 'நிசப்தம்' தொகுப்பை, 'என் பொம்பள மக்கதான் என் சொத்து. நான் செத்துப்போனால் அவர்கள் கூடி அழுவதுதான் என் சுகம்' என்று கூறிய தன் தந்தைக்கும் அவர் நண்பர்களுக்கும் சமர்ப்பணம் செய்கிறார்:

இந்த நேரத்தில்
உன் கபடமற்ற வாழ்க்கைக்கும்
உம்மைப் போலவே
கள் குடிக்கின்ற
கட்டைச் சுருட்டுப் பிடிக்கின்ற
சோப்புப் போட்டுக் குளிக்காத
சட்டை போடாத
படிக்கத் தெரியாத
சைக்கிள் ஓட்டத் தெரியாத...
நம் வீட்டுத் திண்ணையில் உன்னோடு
மாடுகள் பற்றியும்
தரகுப் பணம் பற்றியும்...
சத்தமாய்ப் பேசிக்கொண்டிருக்கும்
உன் வயதையொத்த
உனது நண்பர்களுக்கும்
இந்தப் புத்தகம்

இதே தொகுப்பில் உள்ள கவிதைகளில் அம்மாவைப் பற்றிய கவிதை பெரிதும் பேசப்பட்ட ஒன்று. அம்மா பட்ட துன்பங்களை, மகள் படிப்பு பற்றி சற்றும் அக்கறை காட்டாமல் அன்றாட வாழ்க்கையில் உழல்வதைப் பற்றி அவள் கவலைப்பட்டதை இவற்றையெல்லாம் கவிதை கூறுகிறது:

...வயசு பத்தாகுமுன்னே
வயலுக் கிழுத்தவளே
'பள்ளிக்கூடம் போனாக்கா
பணமா குடுக்குறாங்க
இடுப்புத் துணி சரியில்லாம
படிப்பென்னடி உனக்கு

வாடி வயலுக்'கென
வம்பு செஞ்ச எந்தாயே...
மணிக்கணக்கா படிச்சாக்கா
மண்ணெண்ணைக்கு எங்க போவேன்?
பரிட்ச...பரிட்சேன்னு - எம்
பாவத்தக் கொட்டுறியே - யென
வெளக்க அணைக்கச் சொல்லி
வேதனைப் பட்ட தாயே...
பரிட்சைக்கி கட்ட வேணும்
பணங்குடும்மாயின்னுக் கேட்டா
படிக்கவச்சி எப்பேர்ப்பட்ட
பாவத்த நான் செஞ்சுப்புட்டேன் யென
அழுது அழுது ஒரு
அஞ்சு ரூபா தந்தவளே
காலுக்குச் செருப்புல்லாம - நான்
கஷ்டப்பட்டு நடக்குறேன்னு
மொட்டக் காலோட நீ
முள்ளுவெட்டி வித்துப்புட்டு
மட்ட விலையில் ஜோடி
செருப்பு வாங்கித் தந்தவளே

என்று அம்மாவைப் பற்றிக் கூறும் கவிதை, எங்கு திரிந்தாலும் அம்மாவுக்குத்தான் முதல் பாட்டு என்று நெகிழ்ச்சியுடன் முடிகிறது:

...எங்க திரிஞ்சாலும் - என்
இதயத்துல வாழுகிற
உனக்குத்தான் மொதப்பாட்டு - என்
உயிர்பாடும் தாலாட்டு

'நிசப்தம்' தொகுப்பில் கிராம வாழ்க்கையின் வலிகள் மற்றும் வியப்புகளினூடே ஆணாதிக்கத்தில் சிக்கிய திருமண உறவொன்றின் ஓலமும் ஒலித்த வண்ணம் இருக்கிறது. ''ஆத்மா மட்டும் தன்னந்தனியாக அழும்'', பெண் ஒருத்தியின் ஓலம் அது. இந்தப் பெண் 'முதல் மனுசி'யில் தொடர்கிறாள். பூவரச மொட்டுக் களிடமும், ஆண்டென்னாவில் உட்கார்ந்திருக்கும் காகத்திடமும், பளிங்குக் கண் பூனையிடமும், நினைவுகளும் காற்றும் மட்டுமே நிரம்பிய அறையிடமும் பேசும் பெண் இவள். கிராமத்திலிருந்து நகரம் வரை உள்ள களவீச்சை வெளிப்படுத்தும் முழுத்தொகுப்பான

‘நீ எழுத மறுக்கும் எனதழகு’ தொகுப்பிலும் கிராமப்புறச் சூழலின் கவிதைகளினூடே இந்தத் தனிமைப் பெண் வந்தவண்ணம் இருக்கிறாள். இவள் நகரத்தில் மகளிர் இருக்கைகளில் தூங்குவ தாகப் பாவனை செய்யும் ஆண்களைப் பார்த்தபடி பேருந்தில் இடம் கிடைக்காமல் நிற்பவள்; ஞாயிற்றுக் கிழமை வேலைக்குப் போக வேண்டாம் என்று குதூகலிப்பவள்; ஒட்டல், உரசல், சந்தைக்கடை, சாக்கடைக்குளம், மூத்திரச் சந்து தாண்டி வந்து தினம் ஒளிந்து கொள்ள தனக்கொரு வீடிருக்கிறது என்று கூறுபவள். 2011ல் ‘இறகுகள் உதிர்ந்து கிடக்கும் ஏரி’ தொகுப்பிலும் மரத்தோடும் காகத்தோடும் பொழுதைப் பகிர்ந்துகொண்டு தனிமைப்பட்டே இருக்கிறாள் இந்தக் கவிதைப் பெண். ‘‘சொற்கள் தீர்ந்த வறட்டு வெளிகளில் வெப்பம் தாளாது வியர்த்து வழிந்துகொண்டிருக்கிறது காலம்’’ அவள் வாழ்க்கையில். வறண்ட மொழியில், தன்னைப் பற்றியும் தன்னைப் போன்றப் பலரைப் பற்றியும் அவள் பேசுகிறாள்:

உங்கள் கிணற்றிலிருந்து
தூர்வாரி வெளியேற்றப்படும்
வெற்று மண்ணாய்
கொட்டப்படுகிறேன் நான்
என் கிணற்றில் எப்போதும்
நிரம்பித் ததும்பும்
நீராக இருக்கிறீர்கள் நீங்கள்

என்று ஒரு கவிதையிலும் கவிதையின் பின் அலையும் தன் உயிர் பற்றி இன்னொரு கவிதையிலும் கூறுகிறாள்:

...துன்பத்தின் நெருக்குதலில்
என்னை எந்திரமாக்கிக் கொள்கிறேன்
துளிரற்ற மரத்தில்
உட்கார விருப்பமற்ற குருவியாய்
என்னை விட்டுப் பறந்துகொண்டிருக்கும்
கவிதையின் பின்னால் என் உயிர்.

1999ல் ‘வரிக்குதிரை’ என்ற கவிதைத் தொகுப்பையும் 2001ல் ‘தணல் கொடிப் பூக்கள்’ என்ற கவிதைத் தொகுப்பையும் வெளியிட்ட மாலதி, தொலைத் தொடர்புத் துறையில் பணியாற்றியவர். பெண் கல்வி, பெண் விடுதலை, மனித மேம்பாடு குறித்து வெகுவாகச் சிந்திப்பவர் என்று பின்னட்டையில் இவரைப் பற்றிக் கூறினாலும் முன்னுரையில் முற்போக்கு, பெண்ணியம் சார்ந்து தான் எழுதியிருப்பதாகக் கூறிக்கொள்ளப் பிரியமில்லை என்கிறார்.

பொதுவாகப் பல கவிதைகள் எழுதினாலும் எந்தவிதக் குறையும் இல்லாத பெண்ணொருத்தி சொல்லும், 'எதுவுமில்லாதது என் குறை/ அதனால்தானே என்/ நடத்தையைக் குற்றம்/ சொல்கிறாய்?' என்ற வரிகளும் 'தீ விபத்தெல்லாம் பெண்ணுக்கே நேர்வானேன்?' என்று சில வரிகளும் தெறித்து விழுகின்றன அவ்வப்போது. இரண்டாவது தொகுப்பில் வயோதிகம் பற்றிய சிந்தனைகள், காதலை நாடும் மனம், சமூக எதிர்பார்ப்புகள் குறித்த சோர்வு என்று போகும் பல கவிதைகளில் 'மனைவி' என்று தலைப்பிட்ட கவிதை குடும்பத்தில் பெண் அடையும் சோர்வை வெளிப்படையாகச் சொல்கிறது. அதில் வரும் மனைவியின் மன ரணங்கள் கணவன் அறிந்தவை அல்ல. தனக்குத் தனியாகப் படுக்க ஓர் ஒற்றைப் படுக்கை போதும் எனும் மனைவி, கணவனை, 'அன்பே! நீ சென்று வா!/ அரேபியாவுக்கோ!/ஆப்பிரிக்காவுக்கோ!' என்பது கவிதை களில் இத்தகைய மெல்லிய நகைச்சுவை இழையோடுவதும் சாத்தியம் என்பதைக் காட்டுகிறது.

1999ல் கவிதை எழுத வந்த இன்னொரு கவிஞர் சே.பிருந்தா. வாழ்க்கையில் நாம் கண்டுகொள்ளத் தவறி நம் கையிலிருந்து வழுக்கிப் போய்விடும் கணங்களைக் கவிதையாக்குபவர் பிருந்தா. 'மழை பற்றிய பகிர்தல்கள்' (1999) என்ற கவிதைத் தொகுப்பு மிகவும் மென்மையாக இழப்பு பற்றியும் காதல் பற்றியும் பெண்ணாக இருப்பது பற்றியும் மழை மெல்ல நம்மை இதமாக நனைக்கும் மொழியில் கூறியது. அன்பைப் பற்றிக் கூறும்போது, அழுந்தப் பிடித்து யென்/ கைகளைச் சிறையென/ உணர்த்தாமல்/ விட்டு விடுதலையாகி/வானத்தில் புள்ளியாகும்/பறவையில் உணர்கிறேன் என்று எழுதிய பிருந்தா, 2009ல் 'வீடு முழுக்க வானம்' எழுதும்போது,

> முதன்முதலாக
> உன்னைச் சந்திக்கையில்
> என்ன பரிசளிப்பது
> என்றே தெரியவில்லை,
> இளஞ்சூடாய்
> என் அன்பைச் செய்து
> உன் கைகளில் தருவது தவிர.

என்று வழக்கமான மென்மையான மொழியில் ஆரம்பித்தாலும் அடுத்து வந்த பத்து ஆண்டுகளில் வாழ்க்கையின் பல காதங்களைக் கடந்து வந்திருக்கிறார் என்பது கவிதைகளில் தெரிகிறது.

வார்த்தைகளைவிடவா
மரணம் வலிக்கும்?
போன்ற இரண்டே வரிகளில் உள்ள வலியும்,
வலிக்கக் கிள்ளி என்
கண்ணில் நீர்முட்டுகிறதா என்கிறாய்
மனசெங்கும் நீ
தீய்த்த வடுக்கள்
எனக்கும் தீ
சுடுகிறது
மலரல்ல நான்
எனினும்

என்ற வரிகளில் தெரியும் வடுக்களும் வானத்தை வீட்டில் நிறைப்பது எளிதல்ல என்பதை உணர்த்துகிறது. வாழ்க்கையின் மேடு பள்ளங்களும், சம தளங்களும், இயற்கைக் காட்சிகளும் கவிதைகளில் ஊடுருவிச் சென்றிருப்பதை உணர முடிகிறது. ஆமையின் கனத்த ஓடாகவும், மாட்டின் மூர்க்கமான மூச்சில் விடைத்த மூக்கின் பொந்துகளாகவும், வெப்பமான கைகுலுக்க லாகவும், கிழிந்த உதடாகவும் அவரைச் சுற்றியுள்ள வாழ்க்கை பல வகைகளில் இயங்குவதை பிருந்தாவின் இரண்டாம் தொகுப்பின் கவிதைகள் பதிவு செய்கின்றன. 2015ல் வெளிவந்த மூன்றாம் தொகுப்பான 'மகளுக்குச் சொன்ன கதை' தொகுப்பில் பிருந்தாவின் உலகம் மாறிப்போகிறது. தனிமையும், வேதனையும், மன அழுத்தமும், இடையிடையே வரும் உற்சாகங்களும் கவிதை யாகின்றன இந்த முறை. விடையில்லாத கேள்விகளும், மனத்துக்கு உகந்த விடைகளைத் தராத கேள்விகளும் எழுகின்றன. அந்த வகையில் அவர் வாழ்க்கைக்கும் கவிதைகளுக்கும் மிகவும் நெருக்கம் இருப்பது கவிதையில் தெரிகிறது.

என் அன்பை
உனக்குத்
தெரிவிக்க முடியாமலே போகிறது -
கைகளற்றவர்களின் ரேகைகள்
எதைச் சொல்லும்?

என்ற கவிதையில் வாழ்க்கையின் இயலாமை பெருத்த வேதனையாய் வந்து தாக்குகிறது. அதேபோல் சூரியனுடன் கடற்கரைக்குப் போகும் பெண்:

ஒரு தனிமைப் பெண்ணும்
மாலை நேரச் சூரியனும்
கடற்கரைக்குப் போனார்கள்
யாருக்கு அதிக தனிமை
என்று பேச்சு வந்தது
யார்தான் தனியாயில்லை
என்று முடிவானது

இரண்டு வரிகளில் பெரும் சோகத்தைக் கூற முடிகிறது பிருந்தாவால்:

பேசியது வலிக்கிறது
பேசாதது அதனினினும்

'அன்பின் அலை(க்கழிப்பு)கள்' கவிதையில் அலைபேசியில் அன்பைப் பகிர்வதைப் பற்றிய அலைபேசி உரையாடல்கள் பற்றிக் கூறும்போது நகர வாழ்க்கையின் இயக்கத்தையும் அதில் ஒளிந்திருக்கும் தனிமையையும் உணர முடிகிறது சில வரிகளில்:

...அத்தனை எளிதில்லை - ஒரு
அலைபேசி அழைப்பைப் பற்றிக் கொண்டு
அன்பின் வழி நடத்தல்
அன்பின் மறுதலிப்பை அன்போடு ஏற்றல்
பசித்த கொடிய மிருகத்தை
புன்னகைக்க வற்புறுத்துதல்

க்ருஷாங்கினியின் முதல் கவிதைத் தொகுப்பு 1998ல் வெளிவந்தது. தன் கவிதைகளை ஓவியம் வரையும் முயற்சியாகக் கருதுகிறார் க்ருஷாங்கினி. 'நம் எண்ணத்தில் எழுந்த நிலையில் இருக்கும் படைப்பு நம் கைவசம் சாத்தியமாகும் வரை போராட வேண்டியுள்ளது. மனதினுள் ஏற்படுத்திய ஓவியத்தை கான்வாசில் கொணர்ந்து ஜெயிக்கும் முயற்சியாகத்தான் ஒவ்வொரு கவிதையும் வெளியாகிறது, வண்ணங்களும் வார்த்தைகளுமாய்' என்கிறார் தன்னுரையில். கவிதை என்பது 'நாம் வாழ்ந்துகொண்டிருக்கும் நேரத்தில் நமக்கும் நாம் சார்ந்த சக உயிர்களுக்கும் அனுபவமாகும் மிகையான உஷ்ணங்கள், கடுங்குளிர்கள் ஏற்படுத்தும் பாதிப்பு களில்' நேரிடும் ஒன்று என்றும் கருதுகிறார். பலப்பல சதுரங் களூடேயே வாழ்க்கை தெரிகிறது க்ருஷாங்கினிக்கு இக்கவிதைத் தொகுப்பில். காட்சிச் சதுரம், சதுரங்களுக்குள் சதுரம், சட்டமிடப் பட்ட சதுரத்துக்குள் அடங்கும் எல்லைகள் என உருவகமாகும் இச் சதுரங்கள் ஓவியக் கித்தானின் சதுரங்கள், அதனுள் அடைபடும்,

அதனிலிருந்து விரியும் வாழ்க்கை. சதுரங்களூடே அலையும் எண்ணங்கள், ஓட்டங்கள், விரியும் கணங்கள், ஒளிரும் வண்ணங்கள் என்று போகும் கவிதைகளில் தேடும் தவிப்பும், தேடித் தொலைக்கும் பரிதவிப்பும் தொடர் பிம்பங்களாக வருகின்றன. 'கடைத்தெரு' கவிதையில் அது ஒரு கேள்வியாய் எழுகிறது:

நடுவில் ஓடும் வரிசைச் சக்கரங்கள்
நுனியின் கரையில், ஓடும் தலைகள்
பிதுங்கி, நீட்டி நிற்கும் கடைகள்
பழம், பிளாஸ்டிக் கூடை, பக்கெட்
மாமிசம், பொறிகடலை, மனிதன்
அனைத்தும் விற்பனைக்கே -
தொங்கிக்கொண்டு கம்பிகளில்
காலியானவை, கனம் நிரம்பியவை
தலைமேல் இடிக்கும் தார்கள்
இடித்ததின் பலம் அடுத்ததில்
மற்றும் ஒன்றிலும் மாறி மாறி
ஊஞ்சலாடும் கம்பிகளின் நடுவே
எங்கு தொலைத்தேன் என்னை?

வத்ஸலாவின் கவிதைகளின் தலைப்பே அவை பெண்ணின் சுயத்தைக் குறிப்பவை என்பதைச் சொல்லிவிடுகிறது. 2000ல் வெளியான 'சுயம்' கவிதைத் தொகுப்பு மூலம் அறியப்பட்ட வத்ஸலா, தன்னை 'பெண்ணின் வலியின், அவள் வலுவின் ஒரு சில இழைகளைச் சுட்டிக்காட்டுபவராக' அறிமுகப்படுத்திக்கொள் கிறார். 63 கவிதைகள் கொண்ட இத்தொகுப்பில் பெண் வாழ்க்கையினூடே அமைந்துள்ள பல பிம்பங்கள் மேலெழு கின்றன. மறவேன் இனி ஒரு போதும்/ நான் மானுடம்/ நான் தனி/ நான் மட்டுமே நான் என்று சுயத்தை அமைத்துக்கொள்ளும் கவிதையில் தொடங்கி வாழ்க்கையின் பல திசைகளில் தெருக்களில் நுழைகின்றன கவிதைகள். இந்தக் கவிதைகள் இதயத்தை வருடும் அழகுக் கவிதைகள் அல்ல என்ற அறிவிப்புடன் தொடங்குகிறது ஒரு கவிதை:

மன்னியுங்கள்
ரத்தத்திலும் சீழிலும் தோய்ந்த
கண்ணாடித் துண்டுகளாய்
என் கவிதைகள்...

இன்னொரு கவிதை 'நான் ஆலமரம்' என்று தொடங்குகிறது.

நான் ஆலமரம்
சிரிக்காதீர்கள்.
நான் ஆலமரம்தான்
இரண்டடித் தொட்டிக்குள் அடங்கினாலும்
நான் ஆலமரம்தான்.

பெண் சிசுக்கான கவிதையில் பெண் சிசுவை எப்படி அழைத்தாலும் அந்தப் பெயரில் பொதிந்திருக்கும் சக்தியை வெளிப்படுத்தச் சொல்கிறார். மலரென்றால் அழிப்போர்க்கு நச்சு மலராய், நிலவென்றால் அநீதி ஒடுக்கும் வெப்ப நிலவாய் மாறச் சொல்கிறார். முடிவில்,

நதியென்பார் உன்னை
நதியாவாய்
நேயத்தில் உருகும்
பனி நீரோடையாவாய்
சிறுமை கண்டு பொங்கும்
பத்ரநதி காவேரியாவாய்

என்று முடிக்கிறார்.

அ.வெண்ணிலாவின் கவிதைகள் மிகவும் மென்மையாக உறுத்தும் சில உண்மைகளைப் பளிச்சென்று கூறுபவை. 2001ல் வெளிவந்த ‘நீரிலலையும் முகம்’ தொகுப்பில் வரும் இவருடைய கவிதைப் பெண் பிடிவாதமானவள். ‘வாசற்படி லக்ஷ்மி, அதன் மேல் உட்காரக் கூடாது’ எனச் சிறு வயதிலும் பெரியவளாகிய பிறகு ‘படிச்ச பொண்ணு... பார்க்க நல்லாவா இருக்கு?’ என்றாலும் வாசற்படியில் அமர்வதை நிறுத்தாதவள். ‘திருத்தப்படாத வாலுடன் அலையும் கிளி’ அவள். அன்றாட வாழ்க்கையில் எதிர்கொள்ளும் விஷயங்களையும், மனம் ஏற்கா சடங்குகளையும், மாதவிடாயின்போது அம்மாவை நாடும் உடலையும் தள்ளி நிற்கச் சொல்லும் அம்மாவையும், தினசரி வேலைகளையும், பெண் குழந்தை உருவாக்கப்படுவதையும் நடுத்தர வயதை எட்டுவதையும் கூறும்போதே இளவேனிலையும், பூக்களையும், வண்ணத்துப் பூச்சிகளையும் அதனுடன் புத்தகங்களையும் இலக்கியத்தையும் பற்றியும்கூடக் கூறும் பெண். மிகச் சில வரிகளில் முக்கியமான வற்றைக் கூற இவரால் முடிகிறது என்பதற்கு ஓர் உதாரணம் கீழ்க்கண்ட கவிதை:

உள்ளே வீசப்படும்
செய்தித்தாளை

அப்பாவிடம் கொடுக்கவும்,
கீரை விற்பவள் வந்தால்
அம்மாவைக் கூப்பிடவும்
கற்றுக்கொள்கிறது குழந்தை
யாரும் கற்றுத் தராமலேயே.

சென்னைக் கல்லூரி ஒன்றில் தமிழ்ப் பேராசிரியராக இருக்கும் அரங்கமல்லிகா, பெண்களின், குறிப்பிட்டுச் சொன்னால் தலித் பெண்களின் விடுதலையின்றிச் சமூக விடுதலை இல்லை என்று திடமாக நம்புபவர். இவர் கவிதைகளில் மண்ணை ஒட்டி வாழப்படும் வாழ்க்கையின் அவலம் மற்றும் பெண் என்பவள் எதிர்கொள்ளும் வாழ்க்கை அனுபவங்கள் இவை கூறப்படும் விதம், வெயிலில் உருகி, சூடாகத் தகிக்கும் தார்ச்சாலையில் நடக்கும் அனுபவத்தைத் தருகிறது. 2007ல் வெளிவந்த அரங்கமல்லிகாவின் 'நீர் கிழிக்கும் மீன்' ஒரு வித்தியாசமான கவிதை அனுபவத்தைக் கொண்டுவந்தது. வயல்வெளியில் களையெடுத்த வலிகளை வரலாற்றாக்கும் பாட்டிகளின் முதுகுகள், இடைத் துண்டுகளை அக்குளில் சொருகும் கிராமத்து விவசாயக் கூலிகள் என்று சோகத்தையும் தாபத்தையும் கோபத்தையும் கூறும் கவிதை களுடன், இச்சைகள், தீராக் காமம், பேருந்துப் பயணங்கள், தனிமையான வாழ்க்கை என்று வேறு பல வாழ்க்கைச் சித்திரங் களையும் வரைபவை அரங்கமல்லிகாவின் கவிதைகள். 'சாராய நெடிக்குள் தேவாரப் பாடல்' கவிதையில் வாழ்க்கையின் முரண்பாடுகள் இவ்வாறு வெளிப்படுகின்றன:

பிறக்கப் போவது
பெண்ணா
ஆணா
கேள்விகள்... கனவுகள்...
அலறலோடு மௌனித்தது
அறுவை சிகிச்சை அறை
ஊரார் அழுகை ஒலிக்க
வெட்டியானிடம் பிணம்
ஒரு கிலோ அரிசி
ஒரு பாட்டில் சாராயம்
கூடவே ஒரு பிளேடும்
கேட்கும் வெட்டியான்
வியப்பில் உறவினர்
பிணமெரிக்கும் கொள்ளியில்

பற்றவைக்கப்பட்ட உலை
ஆந்தையின் ஓலமாய்
கதறியழும் கணவன்
பொங்கும் அழுக்கு நுரையின்
துக்கத்தில் எல்லோரும்
வடித்த சோற்றைத்
திறந்த வெட்டியான்
மயான சாமி வேண்டி
கிழித்தான் வயிற்றை
திணிக்கப்படும் சோறு
உள்ளிறங்கிய
சாராயக் குமைச்சலில்
தேவாரப் பாடல்
சொல்லத் துடிக்கிறது
'சாராய நெடிக்குள்
ததும்பும் மனிதத்தை'

மரங்களில் ஏறி வித்தை காட்டும் அணில்களும், நித்தியமல்லிகைப் பூக்களும், முகம் வருடும் மார்கழிப் பனியும், புதிது புதிதாய் எப்போதும் பூக்கும் இலைகளும் மொட்டுகளும் தனிமை காக்கும் வீட்டில் புகும் உயிர்ச் சிலிர்ப்பாய் பௌர்ணமி நிலவும் அரங்கமல்லிகாவின் கவிதைகளில் விரவிக் கிடக்கின்றன, 'ஒரு கோடை வெயிலின் உக்கிரத்தில் உருகிடும் தாராய் வழிந்தோடும்' காமத்துடனும் ரயிலில் பயணம் செய்யும் ஒருத்தி உணரும் இறுக்கமான வானத்தை ஒத்த மனத்துடனும்.

2001ல் தன் முதல் தொகுப்பான 'சூரியனுக்கும் கிழக்கே' தொகுப்பை வெளியிட்ட திலகபாமாவின் கவிதைகள் இயற்கையையும் பெண்ணையும் பிணைப்பவை. இயற்கையின் சிதைவையும் பெண்ணின் வாழ்க்கைச் சிதைவையும் ஒன்றாக்கிப் பார்க்கும் முறையில் இயற்கையோடு பெண் உடலைப் பிணைக்கிறார். பெண் உயிர்த்து வளர்வதையும் ஒரு மரம் செழித்து வளர்வதைப் போலவே பார்க்கிறார். 'அம்மா' கவிதையில் அம்மாவின் அடக்கு முறையையும் மீறி மரமாய் வளர்கிறது மகள் எனும் வித்து:

...அம்மா,
ஒளித்து ஒளித்து வைக்க
ஓயாமல் பிரயத்தனம் செய்தாய்
வித்து அம்மா நான்
விழுது விட்ட மரமாய்

வளர்ந்து விட்டேன்
நீ என்னை ஒளித்து வைத்த இடத்தில்
நீரூற்று கண்டதால்
மழைக்குப் பயந்து
மண்ணுக்குள் வைத்தாய்
நீரூற்றுள் நான் நனைந்ததை
நீ அறிய மாட்டாய்.

பெண்கள் கருவேலமரமாய், எரியாத மலைகளாய், தாகம் தணியாத மலைகளாய், காடுகளாய், மேகமாய், நிலவாய், ஓடையாய் மாறுகிறார்கள் திலகபாமாவின் கவிதைகளில். காதலுக்காகக் காயும் பெண்கள்போல் கம்மாயுள் காயும் கருவேலமரங்கள். சூரியனுக்குக் கிழக்கே இயந்திரமாகிப் போன இதயங்களில்லாத இதயம் தேடும் தாகம் தணியாத பெண் மலைகள். மேகமாய்த் திரிந்து பின் மழையெனக் கண்ணீர் வடிக்கும் காதலில் ஏமாந்த மேகப் பெண்கள். ஆண் மனோபாவ மேகத்தால் அணைக்கப்படும் பெண் நிலவுகள். கழிவுப் பொருட்களால் நிரப்பப்படும் பெண் ஓடைகள்.

2000லிருந்து வெளிவரத் தொடங்கின புதியமாதவியின் எழுத்துகள். 'சூர்யபயணம்' (2000) 'ஹே ராம்' (2003), 'நிழல்களைத் தேடி' (2005), 'ஐந்திணை' (2011) 'செங்காந்தள்' (2011) என்ற ஐந்து கவிதைத் தொகுப்புகள், நான்கு சிறுகதைத் தொகுப்புகள், பெண்ணியம் மற்றும் இலக்கிய விமர்சனங்களைக் கொண்ட கட்டுரைத் தொகுப்புகள், தொடர்ந்து பதிவிடும் வலைப்பதிவு, இவை புதியமாதவியின் இலக்கியச் செயல்பாடுகள். பல சிறுகதைகள் எழுதியிருந்தாலும் பொருளாதாரத்தால் இயக்கப்படும் நகர வாழ்க்கை, அதில் சிக்கிக்கொள்ளும் உறவுகள், பெண்களின் விருப்பங்கள், காதல், இச்சைகள் இவற்றை மனத்தில் குத்தும் சிறு ஊசிகளாய் கவிதையில் எழுதுவதால் இவர் கவிஞராகவே அறியப் படுகிறார். 'துபாய்க் கணவன்' கவிதையில் பெண்ணொருத்தியின் காத்திருப்பைப் பற்றிய கோபத்தைக் கூறுகிறார் தெளிவான சொற்களில்:

எண்ணெய்க் கடலில்
முத்துக்குளித்து
ஏமாந்து போகும்
துபாய்க்கணவனே...
இரண்டாண்டுக்கு ஒரு முறை
மழை காண
நான் ஒன்றும் அரபு பாலைவனமல்ல.

‘பூட்டும் சாவியும்’ கவிதையில் உண்மையான அதிகாரத்தைப் பெற பெண் செய்ய வேண்டியது காலம்காலமாக அவள் கைகளில் பூட்டுகளைத் திறக்கத் தரப்படும் சாவிகளை உபயோகித்து அல்ல, பூட்டுகளைத் தகர்த்துத்தான் என்று கூறுகிறார்:

எல்லா இடங்களிலும்
தேடிப் பார்த்துவிட்டேன்.
இத்தனைக் காலமும்
பாதுகாத்து வைத்திருந்த
சாவிக்கொத்தை.
எந்தப் பூட்டுக்கு
எந்தச் சாவி?
சொல்லவில்லை யாரும்
சோதிக்கவில்லை நானும்
சாவிக்கொத்தை
இடுப்பில் சொருகிக்கொண்டு
இருப்பதே பழகிப்போனதால்
அச்சமாக இருக்கிறது
சாவிகள் இல்லாத
இடுப்பைச் சுமந்து கொண்டு
திறந்த வெளியில்
எப்போதும் போல
எழுந்து நடமாட.
யார் தந்தார்கள்
என்னிடம்
இந்தச் சாவிக்கொத்தை?
எப்போதாவது
எந்தப் பூட்டையாவது
என்னிடமிருந்த
எந்தச் சாவியாவது
திறந்திருக்கிறதா?
யோசித்துப் பார்க்கிறேன்
அம்மா
அம்மாவின் அம்மா
அவளுக்கு அம்மா
அம்மம்மா
இத்தோடு சேர்ந்து கொண்டது
புக்ககம் வந்த பின்
மாமியார் கொடுத்தச் சாவிகளும்.

ஒவ்வொரு சாவிகளையும்
பத்திரமாக வளையத்தில் கோர்த்து
அலங்காரமான விலையுயர்ந்த
வெள்ளிச்சாவிக்கொத்தில்
தொங்கவிட்டு
பாதுகாத்துவந்த
எங்கள் தலைமுறையின் சாவிக்கொத்து
காணவில்லை
தொலைத்துவிட்டேன்
இனி,
எதைக்கொடுப்பேன்
என் மகளுக்கும்
வரப்போகும் மருமகளுக்கும்?
எப்படியும்
அவர்கள் கண்டுபிடிக்கவேண்டும்
தொலைந்துபோன
சாவிக்கொத்தை அல்ல
சாவிகள் இல்லாமல்
பூட்டுகளை உடைக்கும்
புதிய வித்தைகளை.

1990ல் தன் முதல் கவிதைத் தொகுப்பான 'நட்சத்திரங்களின் நடுவே' புத்தகத்தைக் கொண்டுவந்த உமா மகேஸ்வரியின் கவிதைகள் பெண்ணாக இருப்பதை ஒட்டியவை. பெண்ணின் இருப்பு, அதை ஒட்டி வரும் பிரக்ஞையால் மட்டுமே உணரக் கூடிய வேலிகள், இயங்கக் கூடிய வெளிகள், அதில் உறைந்திருக்கும் வன்முறை இவை பிரதானப்படுத்தப்படும் கவிதைகள் உமாமகேஸ்வரி யுடையவை. இவர் கவிதைகளில் முற்றுப்புள்ளிகளும் மற்ற நிறுத்தக்குறியீடுகளும் விழும் விதம் மிகவும் அபூர்வமானவை. சில பிம்பங்களைச் சுட்டிக்காட்டிவிட்டு அவை ஏற்படுத்தும் வலியைக் கூட்டுவதுபோல் விழுகின்றன நிறுத்தக்குறிகள். இவருடைய 'வெறும் பொழுது' (2002) கவிதைத் தொகுப்பில் இவரின் அகம் சார்ந்த தேடலும், மொழியும், மொழி உருவாக்கும் பிம்பங்களும், பிம்பங்களில் உள்ள வலியைக் கூட்டும் நிறுத்தக்குறிகளும் வெகு நேர்த்தியாகக் கூடிவந்தன. 'வெறும் பொழுது' கவிதையிலேயே எல்லாம் இணைந்துவருவது அமைந்துவிடுகிறது. அன்றாட வாழ்க்கையுடன், அதன் வழக்கமான சம்பவங்களுடன் புறத்தே இயங்கும் வாழ்க்கையும் இணைகோடாய் வருகிறது:

வெளி வாசல் வழியே
சலித்த மதியம்
சாக்கடை நீரருந்தும் குருவி
உதிர்கிற மென்மையும்
உடைபடாக் கடினமும்
விசித்திரமாய் முடைந்த மௌனம்.
திரும்பவும் நெஞ்சுறுத்தும்
விரும்பாத நினைவின் துரு.
குனிந்து நூல் உருவி
வளைத்துப் பின்னல்களைத்
தொடுக்கிறது ஊசி சிரத்தை பிசகாமல்.
உண்ணாமலையக்காவின் அங்கலாய்ப்பில்
ஆச்சியின் பெட்பான் அவஸ்தைகள்
முருகேஸ்வரிக்குப் பிறந்ததும் நெரிபட்ட
மூன்றாவது பெண்குழந்தை
மீன்காரம்மாவின் மகள்
பதினான்கிலேயே தாலியறுத்த கதை
அடுத்த தெரு வளைகாப்பு.
அம்மாவின் மூட்டுவலி;
என்றிவ்வாறு செய்திகள்
மிதந்து நெளியும் சூழ்ந்து.
பின்னல்கள் தொடரத் தொடர
உருண்டு சிறுத்துக்
கரைந்து காணாமலாகும்
கம்பளி நூற்கண்டு.
இவையன்றி
காரணமற்ற உற்சாகத்தோடு
கருஞ்சாம்பல் அணிலொன்று
களித்துத் திரியும் தனித்து

சமீப காலமாக எழுதி வரும் ஒரு கவிஞர் பத்மஜா நாராயணன். இவருடைய முதல் தொகுப்பான 'மலைப்பாதையில் நடந்த வெளிச்சம்' 2012ல் வெளியிடப்பட்டது. 2013ல் 'தெரிவை' என்ற தொகுப்பு வெளிவந்தது. பலவகைப்பட்ட அனுபவங்களை நுட்பமாகவும் வெளிப்படையாகவும் கூறும் கவிதைகள் பத்மஜாவுடையவை. தன்னையே தாக்கிக்கொள்ளும் வன்முறையும், நசை கூடிய உடலுடன் போராடும் வேதனைகளும், இவற்றுடன் வரும் மலைகளும், மேகங்களும், கிளிகளும், பருந்துகளும் நாய்களும்

என கவிதைகள் ஒரு தெரிவைப் பெண்ணின் வாழ்க்கை ஓட்டத்தோடு செல்கின்றன.

...உடன் அவ்வையாய் மாறும்
உபாயம் அறியப்படாததால்
குஷ்டக் கிருமிகள்
என் மீது புகுந்து
விரல் தின்று விகசிக்கட்டும்...

என உடலின் ஆசைகளைக் கொல்வது ஒரு கவிதை என்றால் இன்னொரு கவிதை மலையுடன் இருப்பது பற்றியது:

எல்லாப் பறவைகளும்
பறந்து சென்றுவிட்டன
ஒரே ஒரு மேகம் மட்டும்
மெதுவாய் மிதந்தபடி
நாங்கள் ஒருவரை ஒருவர்
பார்த்துக்கொள்வதில்
ஏனோ அலுப்பே இல்லை.
மலையுடன் நான் மட்டும்.

உடல் கனம் கூடிய ஒன்றாய்த் தோன்றும் காலத்தில் வாழ்க்கை நோக்கப்படும் விதங்களைக் குறிப்பவை பத்மஜாவின் சமீபத்துக் கவிதைகள்.

2003ல் பூரணி என்ற பெயரில் எழுதிய சம்பூர்ணம் தன் 90வது வயதில்தான் வாழ்நாளெல்லாம் எழுதிய பலவகைக் கவிதைகளை வெளியிட்டார். இந்தக் காலகட்டத்து எழுத்தாளர்களின் வயதைச் சேர்ந்தவர் இல்லை என்றாலும் அவரும் பெண்கள் பற்றியும், வாழ்க்கை பற்றியும் தனக்கே உரிய மொழியில் எழுதுகிறார். வாழ்வின் இடைஞ்சல் நிறைந்த பாதைகளில் போகும்போது கவிதையைத் தனக்கான ஆற்றாகவும், தன் வெளிப்பாடாகவும் அமைத்துக்கொண்டவர் பூரணி. 'பூரணி கவிதைகள்' (2003) என்ற தலைப்பில் உள்ள இத் தொகுப்பு பல சரித்திர நிகழ்வுகளை, உணர்வு களை உள்ளடக்கியது. ஆரம்பத்தில் அன்றாட வாழ்க்கையின் கொண்டாட்டமும் இசையும் நிறைந்த நிகழ்வுகளுக்கான பாட்டுக்களாகத் தொடங்கி அவற்றினுள் நாடு என்ற கருத்தைப் புகுத்தி எழுதும் அவர், இயற்கை, இடம், இருப்பு இவற்றையும் கவிதைப் பொருளாக்குகிறார். நாட்செல்ல நாட்செல்ல, வாழ்க்கைக்கும் தனக்கும் உள்ள உறவுக்கு ஒரு பாலமாய் கவிதையைக் கட்டுகிறார் பூரணி.

தேசியப் பாடல்களையும், கவிதைகளையும் கூட எழுதுகிறார் பூரணி. காந்தி பற்றியும், தேசிய இயக்கத்தில் உள்ளவர்கள் தாக்கப்படுவது பற்றியும் எழுதுகிறார். சமையலறைதான் என் இடம் என்று சொல்லும் பெண்களை அற்புதங்கள் செய்ய அழைக்கிறார் ஒரு கவிதையில்.

அறுபதுகள் தொடங்கி பூரணி வேறு மாதிரியான கவிதைகளை எழுத ஆரம்பிக்கிறார். வானத்தைப் பெண்ணாக உருவகித்த கவிதை, ஆற்றங்கரைக் காட்சி, கிராமம், மின்னல், மழை, குழந்தை, தாய், கடல், மலை, மென் உணர்வுகள், இயற்கை பற்றிய சில கீற்றுகள் என்று பல விதங்களில் உருவாகும் கவிதைகள். சில குமுறல்களும் உண்டு.

காணியைப் போல், கால்நடை போல்,
கனக நவரத்தினம் போல்
ஆணினங்கள் பெண்ணினத்தை
அனுபவிக்கும் பொருளாக
எண்ணிச் செயல்படு நாள்
இருக்குமட்டும் பெண்கள் நலன்
ஏட்டளவில் பாட்டளவில்
பேச்சளவில் தானிருக்கும்

என்று சாடுகிறது கவிதை ஒன்றின் ஒரு பகுதி.

இருபதாம் நூற்றாண்டு முடியும் முன்னரே சில விஷயங்களில் கோபம் போய் ஏமாற்றம் கூடிய சலிப்பு வந்துவிடுகிறது பூரணிக்கு. வயதினால் ஏற்படும் சலிப்பு இல்லை இது. எதிலும் ஒரு தேக்க நிலை, தாழ்வு நிலைக்குப் போய்க்கொண்டிருக்கும் உலகம், இவற்றைப் பார்த்து வரும் ஆதங்கம் கூடிய சலிப்பு.

2001 முதல் 2003 வரை எழுதிய கவிதைகளில் அரசியல் பற்றிய கசப்பும், பெண்ணின் நிலை முன்னேறாமல் இருப்பது குறித்தும், தன் முதுமை பற்றியும் பல கவிதைகள். மதவிற்பன்னர்கள் கூறும் பொய்கள் பற்றியும், பத்தினி பிம்பங்கள் பற்றியும் சில கவிதைகள். பூரணியின் கவிதைகளை இந்தக் காலகட்டத்தில் இருத்துவதின் காரணம் அவற்றின் மொழியும் இயங்கு களமும் வேறாக இருந் தாலும் இந்தக் காலகட்டத்துப் பெண்களின் குறைகள், ஆதங்கங்கள் இவற்றை ஒட்டியே பூரணியின் கவிதைகளும் அமைகின்றன.

'சொல்லாத சேதிகள்' தொகுப்பில் தொடங்கி இலங்கையிலிருந்தும் புலம் பெயர்ந்த நாடுகளிலிருந்தும் எழுதும், தமிழ்நாட்டின் எழுத்து

களுடன் மிகவும் நெருங்கிய நட்புறவு பூண்ட பல எழுத்தாளர்களை இங்கு கணிப்பில் எடுத்துக்கொள்ளாத காரணம் அவர்கள் எழுத்தின் சூழமைவும் அது இயங்கும் தளமும் அதிலிருந்து விரியும் அர்த்தங்களும் வெகு விரிவான ஆராய்ச்சிக்கு உட்படுத்தப்பட வேண்டும் என்பதால்தான்.

அதேபோல் நிகழ்த்தப்பட்ட பெண்ணிய நாடகங்களின் அச்சிட்டப் பிரதிகளும் இங்கு நோக்கப்படாததன் காரணம் அவற்றைப் புனைகதை, கவிதைகள் போலல்லாமல் நாடகம் எனும் நிகழ்வுக் கான பிரதிகளில் உள்ள மொழி எனும் ரீதியில் நோக்கப்பட வேண்டும்; நாடகம் ஏற்படுத்திய தாக்கத்தின் மூலம் நாடக மொழி பார்க்கப்பட வேண்டும் என்பதால்தான். அத்தகையக் கணிப்பு மிக அவசியம் என்றாலும் அது இக்கட்டுரையின் இலக்கின் வெளியே இருப்பதால் நாடகப் பிரதிகள் இங்கு இணைக்கப்படவில்லை.

•

# 3

# பால் தன்மை, பட்டுணர்வு மற்றும் வெளிப்பாட்டு மொழி

**பொ**துவாக இருக்கும் வெளிப்பாட்டு மொழியைக் கணிப்பில் எடுக்க, பிரபலப் பத்திரிகைகளில் எழுதிவந்த பெண் எழுத்தாளர் களையும் ஆண் எழுத்தாளர்களையும் படிக்கும்போது சில விஷயங்கள் சிந்திக்க வைக்கின்றன. நிறம், வடிவம் போன்ற விஷயங்கள். ஆண்களை விவரிக்கும்போது அவர்களுக்கான உவமானங்கள் தேக்கு மரம், உலக்கை, பாறாங்கல் போன்றவையாக இருந்தன, ஆண்கள் எழுத்தில். அதே சமயம் பெண்கள், கொடிகள், மிரளும் மான், பூக்கள், பழங்கள் என்று சித்தரிக்கப்பட்டனர். வேர்கள் ஆழப் புதைந்தும் கனத்துடன் கூடியும் உள்ள பொருட்கள் ஆண்களைக் குறித்தன. எடை இல்லாமல், மற்றவற்றைச் சார்ந்து, மற்றவர்களுக்குக் களிப்பையும் சுகத்தையும் தரும் பொருட்கள் பெண்களுக்கு உவமைகள் ஆயின. நிறத்தைப் பொருத்தவரை, சிவந்த அல்லது சந்தன நிறமுடைய பெண்தான் அழகு என்று கொள்ளப்பட்டாள். 'அவள் கறுப்பு ஆனால் அழகு' என்ற விவரணை சாதாரணமாகப் பல கதைகளில் இருந்தது. இதில் விஷயம் என்னவென்றால் பல பெண்களும் தங்களை இவ்வாறே விளக்கப்படுத்திக்கொண்டார்கள். அப்படி அவர்கள் விளக்கப் படுத்திக்கொண்டதும் அவர்கள் சமுதாயச் சார்புநிலையையே எனக்குச் சுட்டிக்காட்டியது. அந்தச் சார்புநிலையை ஒட்டியே மொழியும் அமைந்தது என்று தோன்றியது.

வேறு சில உவமானங்களும் சுவையாக இருந்தன. ஒரு பெண் எழுதும்போது, 'மனம் பால்போல் பொங்கியது' அல்லது 'உலைநீர் போல் கொதித்தது' என்று இயல்பாக உவமைகள் வந்தன. 'கடல்போல் அவள் மனம் ஆர்ப்பரித்தது' அல்லது 'அருவிபோல் பொங்கியது' போன்ற உவமைகள் பெண்கள் எழுத்தில் அதிகம் காணக் கிடைக்கவில்லை. பட்டுக் கருநீலப் புடைவை அணிந்த பெண் கூட ஆகாயத்துடன் அதை ஒப்பிடவில்லை. இரவில் ஆகாயத்தைப் பல மணி நேரம் வெறித்துப் பார்த்திருந்தால் அப்படி ஒப்பிட்டிருப்பாளோ என்னவோ?

பல ஆண்கள், பெண்களைச் சுவைக்கும் ஒன்றாகவே பார்த்தனர். உதடுகள் கோவைக்கனி, கண்கள் திராட்சைப்பழம், முலைகள் மாம்பழம் என்று எல்லாம் ஒரே சாப்பாட்டுச் சமாசாரம்தான்! மணியன் ஒரு கதையில் திருமணமாகாத முதிர்கன்னியை 'ஊசிப்போன பண்டம்' என்று வர்ணிப்பார்.

இத்தகைய மொழியும் மொழி சார்ந்த எழுத்துகளும் சில நிலைத்த பிம்பங்களை ஏற்படுத்தின. இந்த வேரூன்றிய பிம்பங்களுக்கு தமிழ்த்திரைப்படங்களும் துணைபோயின என்று கூறலாம். மக்கள் மனத்தில் மிகவும் ஆழமாகப் பதிந்துபோன பிம்பம் குறிஞ்சி மலர் பிம்பம். நா.பார்த்தசாரதியின் 'குறிஞ்சி மலர்' நாவல் உருவாக்கிய இந்தப் பிம்பம் அழகிய, அறிவுள்ள தூய்மையானவளான பெண்ணின் பிம்பம். உடலுறவில்லாத காதலைச் சொல்லும் பிம்பம். இன்னொரு பிம்பம் உறுதியாக இருக்கும் பெண். ஜெயகாந்தன் தன் பல கதைகள் மூலம் உருவாக்கிய பெண். இந்தப் பெண் கொடுமைக்கோ அநியாயத்துக்கோ உடன்போக மாட்டாள், பணியவும் மாட்டாள். தர்க்கரீதியாக வாதாடியும் எடுத்துச் சொல்லியும் தன் ஆளுமையை நிலைநாட்டிக்கொள்பவள். இதுகாறும் விளிம்புகளில் இருந்த, பலாத்காரத்துக்கு உட்பட்ட பெண், சாதாரண நாடக நடிகை, குழப்பத்தில் இருக்கும் குடும்பத்தலைவி, குடிசைப் பகுதியில் உள்ள பெண் இவர்களுக்கு கௌரவத்தைத் தந்த பிம்பம். இதிலிருந்து சற்றே மாறுபட்ட பிம்பம் தைரியமாகக் கேள்விகள் கேட்கும் படித்த அல்லது படிக்காத பெண் பிம்பம். இவளிடம் தமிழ்ப் பண்பாட்டு மதிப்பீடுகள் எல்லாம் இருக்கும். திருக்குறளை எடுத்துக்காட்ட வல்லவள். மு.வரதராசனார் போன்ற எழுத்தாளர்கள் உருவாக்கியுள்ள இவள் ஆளுமையின் முழு வெளிப்பாடு, இவள் தாய்மையின் உருக்கத்திலும், ஒருவனையே இடையறாது நேசிப்பதிலும், அதுவே காதலுக்கு எடுத்துக்காட்டு என்று நினைப்பதிலும்

காணப்படும். முறத்தால் புலியை விரட்டிய தமிழ்ப் பண்பாட்டிலிருந்து உருவாகி வரும் பிம்பம். பண்பாட்டை வலியுறுத்தும் அதே சமயம் பாரதி கண்ட புதுமைப் பெண்ணாக உருவாகியுள்ள தமிழ்ப் பெண் பிம்பம். மிகவும் சுலபமாக ஏற்றுக் கொள்ளப்பட்ட இன்னொரு பிம்பம் தமிழ்ப் பெண் பிம்பத்திலிருந்து கிளை பிரியும் பிம்பம். புடைவை அணியும் பெண்ணையும் ஜீன்ஸ் அணியும் பெண்ணையும் எதிரெதிர் நிலைகளில் வைக்கும் பிம்பம். மணியன் போன்ற எழுத்தாளர் களால் முன்வைக்கப்பட்ட பிம்பம். இந்தப் பிம்பத்தில் இச்சைகள், கற்பு, காதல், சீண்டல், கடவுள் பக்தி, நாத்திகம் என எல்லா எதிர் மறைகளும் கலந்து வரும்.

இத்தகைய பிம்பங்களை முறித்த மூத்த ஆண் எழுத்தாளர்கள் புதுமைப்பித்தன், கு.ப.ரா, தி.ஜானகிராமன், சுந்தர ராமசாமி, ஷண்முகசுந்தரம், ஜி.நாகராஜன், கி.ராஜநாராயணன், இந்திரா பார்த்தசாரதி, அசோகமித்திரன் போன்றவர்கள். ஆராதனைக்குரிய, உயரிய காமத்துக்குரிய அதீதப் பெண்ணுருவாக உள்ள பெண்களைப் பற்றி எழுதியவர் லா.ச.ராமாமிர்தம். அவர்களுக்குப் பின் வந்த வண்ணதாசன், வண்ணநிலவன், பிரபஞ்சன், பூமணி, நாஞ்சில் நாடன், கோணங்கி போன்ற எழுத்தாளர்கள் எந்தவித பிம்ப நிர்பந்தங்களுக்கும் உள்ளாகாமல் பெண்களை இயல்பான பாத்திரங்களாக உருவாக்கினார்கள். அடுத்த கட்டத்திலெழுத வந்திருக்கும் இமையம், ஜே.பி.சாணக்யா, எஸ்.ராமகிருஷ்ணன், ஜெயமோகன், பா.வெங்கடேசன், பெருமாள் முருகன் போன்ற வர்கள் பிம்பங்களையோ பிம்ப முறிவையோ குறிப்பிட்ட இலக்காகக் கொள்ளாமல், மொழி, யதார்த்த வாழ்வில் உழலும்/ செயல்படும் பெண்கள் எனப் பல தளங்களிலிருந்து எழுதுபவர்கள்.

பெண்களின் வெளிப்பாடு எவ்வாறு உருவாகிறது, அதன் மொழி எப்படி அமைகிறது என்பதை நோக்கும்போது பட்டுணர்வு குறித்துப் பேச வேண்டியிருக்கிறது. பெண்களின் எழுத்து நோக்கப்பட்ட விதமும், அவர்கள் எதிர்கொண்ட அனுபவங்களும் குறித்துப் பேச வேண்டியிருக்கிறது. சொந்த வாழ்க்கையிலும், பொது வாழ்க்கை யிலும் நேர்ந்த அனுபவங்கள். பல ஆண் எழுத்தாளர்கள் வெளிப்பாடு பற்றிக் கவித்துவமாகப் பேசியிருக்கிறார்கள். காலையில் எழுந்து சன்னலைத் திறந்ததும், காலைப் பறவை களாய்க் கதைகள் வருவதாக வேறு மொழியில் எழுதும் ஆணெழுத்தாளர் ஒருவர் கூறியிருக்கிறார். இது நல்ல உருவக பூர்வமான விளக்கம்தான். ஆனால் பெண் எழுத்தாளர்களைப்

பொருத்தவரை வர்ஜீனியா வுல்ஃப் கூறியதுபோல் தனக்கென்று ஓர் அறை இல்லாவிட்டாலும், வீட்டில் ஓர் அறையில், எழுத ஓர் இடம் வேண்டும்; அதில் திறக்க ஒரு சன்னல் வேண்டும்; காலையில் அதைத் திறக்க நேரம் கிடைக்க வேண்டும்; சன்னல் பக்கம் நின்று கொண்டு கதைப் பறவைகளை எதிர்பார்த்து நேரம் போக்குவதை வீடு ஒப்புக்கொள்ள வேண்டும். மேலும் சன்னல் தோட்டத்தைப் பார்த்தபடி இருக்க வேண்டும். சன்னலைத் திறந்தவுடன் குப்பையும் கூளமும் சாக்கடை மணமும் கமழும் நகர்ச்சூழலில் வாழ்பவர் களைக் கதைகள் எப்படி வந்து அடையும் போன்ற கேள்விகள் எழுகின்றன. இன்னொரு தமிழ் எழுத்தாளர் வானில் மேகங்கள் திரண்டெழுந்து 'எழுது, எழுது' என்று அவரிடம் கூறியதாகச் சொல்லியிருக்கிறார். ஒரு பிரபல ஆண் எழுத்தாளர் இரவுதான் எழுதுவார் என்றும் அவர் கண் விழித்து எழுத வேண்டுமென்று அவர் மனைவி ஒரு ஃபிளாஸ்க் நிறைய தேநீர் செய்து வைத்து மேஜையில் வைப்பார் என்றும் அதை ஒவ்வொரு அரை மணி நேரத்தில் எழுந்து அவருக்கு ஊற்றிக் கொடுப்பார் என்றும் கூறியிருக்கிறார். இலக்கிய உலகத்தில் மிகவும் மதிக்கப்படும் ஆண் எழுத்தாளர்கள் சிலர் அவர்கள் வீட்டில் கப்பம் கட்டாத குறுநில மன்னர்கள்போல் நோக்கப்படுகிறார்கள். குடும்பத்தினரும் சுற்றியுள்ளவர்களும் பெரிய எழுத்தாளர்களின் – ஆண் எழுத்தாளர் களின் – வாயிலிருந்து உதிரும் முத்துக்களை எதிர்நோக்கி இருப்பதைப் பல முறை நாம் பார்க்கலாம். ஒரு பெண் எழுதும்போது இத்தகைய அற்புதங்களின் பின்புலம் ஏதும் இல்லாமல்தான் எழுதுகிறாள் என்பது என் கணிப்பு.

இலக்கியத்தில் பெண் எழுத்து ஆண் எழுத்து என்று சிலர் குறிப்பிடும்போது அவர்கள் மனத்தில் இருப்பது பால் நிலை அல்லது பால் தன்மை பற்றிய விளக்கம் இல்லை என்பது புரிந்துவிடுகிறது. அவர்கள் பெண் என்று கூறும்போது அது இலக்கியத்தரம் பற்றியது. அது ஓர் அளவுகோல். பெண் என்ற அடிப்படை ஒன்றை உருவாக்கி அதில் ஏற்றப்பட்ட தர அளவுகோல்.

இலக்கியத்தைப் பொருத்தவரை எழுத்தை மதிப்பீடு செய்யும்போது ஒருவர் பெண் உடல் கொண்டவர் என்பதே பிரதானமாகிறது. அவர் எழுத்தின் வீச்சும் அந்த வட்டத்தின் உள்ளேயே புழங்குவது என்று கொள்ளப்படுகிறது. ஆண் ஆண்களைப் பற்றி எழுதினாலும் பெண்களைப் பற்றி எழுதினாலும் அவர் எழுதுவது உலகளாவியது.

பெண்கள் பெண்களைப் பற்றி எழுதினாலும் எதைப்பற்றி எழுதினாலும் அது பெண் என்ற, அதற்குரிய தன்மைகள் என்று நம்பப்படும், அதன் அடிப்படை என்று கருதப்படும் வட்டத்துக்குள் குறுகியது. ஆணுக்கு உலகம் என்பது விரிந்துகொண்டே போகும் வட்டம். பெண்ணுக்குப் பெண் என்ற குறுகிய அடிப்படை விளக்க வட்டம்.

அடிப்படை என்பது நேராக உடலைப் போய் முட்டும் ஒன்று. ஒரு வகை உடல் இருப்பதால் ஒரு வகை மொழி பிறக்கிறது என்று வலியுறுத்துவது. இவைதான் வித்தியாசங்கள் என்று நாம் பட்டிய லிட்டால் அந்தச் செயல் இரு வகை வெளிப்பாட்டை மட்டுமல்ல, இரு வகை உடல்களையும் குறுக்குகிறது என்றே நினைக்கிறேன். ஒவ்வொரு நபரும் ஒவ்வொரு சந்தர்ப்பத்தில், ஒவ்வொரு காலத்தில் வேறுவேறு வகையில் உணரும் உடல் என்ற ஒன்றை, ஓர் இலக்கணத்திற்கு, ஒரு விளக்கத்திற்கு உட்படுத்துவது எனக்கு உடன்பாடில்லை. ஆனால் பெண்ணாக வாழ்வதால், பெண் என்ற நிலையிலிருந்து உலகை எதிர்கொள்ள நேர்வதால் ஒரு வித மொழி, ஒரு வித வெளிப்பாடு உருவாகலாம்.

வெளிப்பாடு என்பது உடல் சார்ந்தது அல்ல. உடல் பற்றிய பட்டுணர்வைச் சார்ந்தது. உடல் சமுதாயத்தில் ஆக்கிரமிக்கும் இடத்தைச் சார்ந்தது. காலம், சரித்திரம் இவற்றால் தொடப்படாத உடல் இல்லை. ஒற்றை விளக்கம் உள்ள உடல் இல்லை பெண் உடல். பெண் உடலை மறுவாசிப்பு செய்வதும் அவரவர் பட்டுணர்வை ஒட்டியே இருக்கும். பெண் தன் அடையாளத்தை உருவாக்கிக் கொள்வதில் மிக முக்கியப் பங்கு வகிப்பது உடல். உடலை மீள் வாசிப்பு செய்ய உடலை மீட்டெடுக்க வேண்டியிருக்கிறது. இது சாதாரண வேலை இல்லை. ஏனென்றால் முட்படுக்கையில் கிடத்தி முட்களால் போர்த்தப்பட்ட உடல். பண்பாட்டு முட்கள், மொழி முட்கள், இலக்கண முட்கள், சம்பிரதாய முட்கள், சடங்கு முட்கள், அரசியல் முட்கள், வேலி என்று நினைத்து துளைக்கவிட்ட முட்கள், அரண் என்று நினைத்து அரவணைக்கவிட்ட முட்கள் என்று ஓராயிரம் முட்கள்.

•

# 4

# பெண் வெளிப்பாடும் மொழியும் கட்டுப்பாடும் கண்டனங்களும்

**பெ**ண்களின் எழுத்து பெண் வெறுப்பு என்ற பொதுவான போக்கை எப்போதுமே எதிர்கொள்ள நேர்ந்திருக்கிறது. பெண் எழுத்து குறித்தும், பொதுவாகப் பெண்களைக் குறித்தும் இருக்கும் இந்த நோலாமை தமிழ் இலக்கிய விமர்சன மரபிலும், தமிழ் இலக்கிய உலகிலும் ஒரு தொடர் கண்ணியாக இருந்து வருகிறது. கல்வியை, உரிமைகளை, வெளிப்பாட்டுக்கான நியாயமான இடத்தைக் கோரும் பெண்கள் அனைவரும் ஏதோ ஒரு வகையில் குறையுள்ள வர்கள், அந்தக் குறைபாடுதான் அவர்களை எல்லா வகையிலும் செயல்படத் தூண்டுகிறது என்ற எண்ணம் பல காலமாக இருந்து வருவதுதான். இந்தக் குறைகள்தான் என்ன? அழகின்மை, தோற்றப் பொலிவின்மை, ஆண் ஒருவனின் துணையின்மை, பெண்களுக்கு இருக்கக் கூடாத அதீத காம இச்சைகள் இவைதான் பெண்களை இயக்கும் அடிப்படையான குறைகள்/காரணங்கள் என்ற கருத்து தொடர்ந்து நிலவி வருகிறது. அத்தனையும் பெண் உடல் மேல் கட்டப்பட்டவை. இவை மட்டும் இல்லாதிருந்தால் பெண்ணின் செயல்பாடும் வெளிப்பாடும் வேறுமாதிரி இருந்திருக்கும் என்ற நோக்கு. பெண் மட்டும் ஆண்கள் உவகையுறும் 'பெண்தன்மை' கொண்டவளாக இருந்திருந்தால் சரித்திரத்திலும் இலக்கியத்திலும் அவள் பங்கு வேறுவகைப் பட்டிருக்கும் என்ற கணிப்பு.

இந்த இலக்கிய நோக்கர்களைப் பொருத்தவரை பெண்ணின் எழுத்தும் செயல்பாடும் ஒரு மன நோயின் கூறுகள். இத்தகைய

சிந்தனை சமீபத்தில் ஏற்பட்டதல்ல. 'சக்ரவர்த்தினி' பத்திரிகையில் பாரதியார் 1906ல் பெண்கள் அரசியல் உரிமை கோருவதைப் பற்றி எழுதும்போது, இத்தகைய உரிமைகளைக் கோரும் பெண்கள் அழகற்றவர்கள், திருமணமாகாதவர்கள் என்று குறிப்பிடுகிறார் என்பதை நாம் மேலே பார்த்தோம். இலக்கிய உலகில் பெண்ணுக்கு அளிக்கப்படும் இடம் எந்த வகையிலும் ஆணின் இடத்தைக் குலைக்கக் கூடாது, அது இரண்டாம் நிலையிலேயே இருக்க வேண்டும் என்ற எண்ணமும் தொடர்ந்து இருக்கும் ஒன்றுதான். 1958ல் ராஜம் கிருஷ்ணனின் 'மலர்கள்' நாவலுக்கும், ஜெகச் சிற்பியனின் 'திருச்சிற்றம்பலம்' நாவலுக்கும் முதற் பரிசு 'ஆனந்த விகட'னில் பகிர்ந்து அளிக்கப்பட்டபோது, அவை தொடர்கவாக 'ஆனந்த விகட'னில் வெளிவரத் தொடங்கின. தாயற்று, தான் வளரும் உறவுக்காரர்களின் குடும்பத்தில் சிறுமைப்படுவதால் தாழ்வு மனப்பான்மையால் வாடும் ஒரு பெண்ணைப் பற்றிய கதையாக, பல பக்கங்கள் கொண்ட நாவல் 'மலர்கள்'. 'திருச்சிற்றம்பலம்' நாவலை விட மிகப் பெரியது. 'மலர்கள்' நாவலில் பாதி கூட முடிந்திராதபோது ராஜம் கிருஷ்ணனுக்குக் கடிதம் போயிற்று, ஜெகச்சிற்பியனின் நாவல் தொடர் இன்னும் ஓர் அத்தியாயத்துடன் முடிவதால் 'மலர்கள்' நாவலையும் அடுத்த ஓர் அத்தியாயத்துடன் முடிக்கும்படி. ஒரே பரிசு பெற்ற ஆண் எழுத்தாளரின் நாவல் முடியும் போது பெண் எழுத்தாளரின் நாவல் தொடர்ந்து வருவது அவரை அவமானப் படுத்துவதாகும் என்ற நோக்கில் எழுதப்பட்ட கடிதம். சென்னைக்கு வெளியே இருந்த ராஜம் கிருஷ்ணன் விரைந்து வந்து நாவலைத் தேர்ந்தெடுத்த வர்களில் ஒருவரான, கலைமகள் ஆசிரியரான கி.வா.ஜகந்நாதனை அணுகி, தனக்கு நியாயம் கிடைக்கும்படிச் செய்யக் கோரினார். கி.வா.ஜ எடுத்துக்கூறிய பின்தான் 'மலர்கள்' தொடர்ந்து தொடராக வந்தது. நாற்பதுகளில் குமுதினி 'திவான் மகள்' நாவலை எழுதியபோது அதை வெளியிடப் பத்திரிகைகள் முன்வரவில்லை. காரணம் அதில் கலப்புத் திருமணம் இருந்தது. பிறகு அது தொடராக 'மணிக்கொடி'யில் வெளிவந்தது. 1953ல் சரோஜா ராமமூர்த்தி எழுதிய 'பனித்துளி' நாவலில் விவாகரத்து இருந்ததால் அது வெளியிடப்படாமல் இருந்து சில ஆண்டுகளுக்குப் பிறகுதான் 'ஆனந்த விகடன்' பத்திரிகையில் தொடராக வந்தது. இவை மூத்த தலைமுறை எழுத்தாளர்களுக்கு நேர்ந்தவை. இன்றையப் பெண் எழுத்தாளர்கள் எதிர்கொள்ளும் அனுபவங்கள் இன்னும் பல மடங்கு கொடுமையானவையாக இருக்கின்றன. இளம்பிறையின் மணிக்கட்டு அவர் எழுதுவதால் முறிக்கப்பட்டது அவர்

கணவனால். தமயந்தியின் விரல்கள் அவ்வாறே முறிக்கப்பட்டன அதே காரணத்துக்காக. பெண் எழுத்தாளர்கள் நடத்தை குறித்தும் அவர்கள் சொந்த வாழ்க்கை குறித்தும் பேசப்படும் விமர்சனங்கள் அவர்கள் வெளிப்பாட்டை நோக்கும் விதத்திலும் புகுத்தப் படுகிறது. இக்கட்டுரையின் அடுத்த கட்டத்தில் மொழி குறித்துப் பேசும்போது கணிப்பில் எடுத்துக்கொள்ளப் போகிற கவிஞர்களான குட்டி ரேவதி, சல்மா, மாலதி மைத்ரி, சுகிர்தராணி போன்றவர்கள் எதிர்கொண்ட கண்டனங்கள் பல விவாதங்களை எழுப்பியவை. ஆண் கவிஞர் ஒருவர் அவர்கள் அண்ணாசாலையில் நிற்கவைக்கப் பட்டு, மண்ணெண்ணெய் ஊற்றிக் கொளுத்தப்பட வேண்டும் என்று வெளிப்படையாகக் கூறினார். பெண்கள் ஊடகத் தந்திரங்களைப் பயன்படுத்தித் தங்களை முன் நிறுத்திக்கொள்வதாக சில விமர்சனங்கள் சமீபத்தில் எழுந்தன. பெண் எழுத்து மற்றும் செயல் பாடுகள் குறித்த இத்தகைய விமர்சனங்களை நோக்கும்போதும், பெண் வெறுப்பு என்பது எவ்வளவு தீவிரமான, இன்னும் பெயரிடப்படாத மன நோய் என்பது தெரிகிறது.

## உடலை மீள்வாசித்தலும் உடலை எழுதுதலும்

உடலை, உடல் இயங்கும் வெளிகளை மீள்வாசிப்பு செய்யத் தொடங்கியவுடனேயே ஏற்பட்ட கீறல்களையும் காயங்களையும் மேலே பார்த்தோம். தன் உடலைப் பஞ்சு போல் மெல்லியதாக மாற்றிப் பறக்கவிட முயலும்போதுதான் அதன் கனம் புரிகிறது. தாக்குதல்கள் புரிகிறது. பல கட்டங்களில் உடலை ஒரு குரிசு போல் சுமக்க வேண்டியிருப்பது ஒவ்வொரு பெண் படைப்பாளிக்கும் நேரும் அனுபவம்.

பொது நீரோட்ட மொழியிலிருந்தும் அதன் பால்தன்மை விளக்கக் குறுகல்களிலிருந்தும் விலகித்தான், அதை எதிர்த்துத்தான், பெண் மொழி பிறக்கிறது. மொழி, அது உருவாக்கும் பிம்பங்கள், பெண் உடல் நோக்கப்படும் விதம் இவற்றின் பின்புலத்தில்தான் பெண்கள் உருவாக்கும் மாற்றுமொழி புரிந்துகொள்ளப்பட வேண்டும். இந்த எதிர்ப்பு சில முக்கியமானச் சொற்களை மையமாக வைத்துப் பிறக்கிறது. கற்பு அழித்தல் என்ற சொல் பெண் தன் மானத்தை இழக்கிறாள் என்பதையே பிரதானப் படுத்துகிறது. அந்தச் செயலில் உள்ள வன்முறை நோக்கப்படாமல் பெண் ஒரு பலிகடாவாக, சமூகத்தின் கண்களில் அவமானப்பட்டவளாகக் காட்டும் இந்தச் சொல் பொது நீரோட்ட மொழியில் எப்போதுமே இருந்த சொல்.

அறுபதுகளில் ஜெயகாந்தன் 'அக்னிப் பிரவேசம்' கதையில் இளம் பெண் ஒருத்தி முன்பின் அறியாத ஒரு நபரால் உடலுறவுக்குத் தள்ளப்படும்போது, அவள் தாய் அவள் தலையில் நீரூற்றி அது கங்கையாய் அவளைப் புனிதப்படுத்தும் என்று கூறுவதுபோல் எழுதியதற்கு பலத்த கண்டனங்கள் எழுந்தன. அவளுக்குப் பெரும் தண்டனைகள் அளித்து எழுதிய கதைகள் வெளிவந்தன. அவற்றில் இருந்த வன்முறை அதிர்ச்சி அளித்தது. 'கற்பு அழித்தல்' என்ற செயலுக்கு ஆளாகும் பெண்ணுக்கு வாழ உரிமையில்லை என்ற எண்ணமே மேலோங்கி இருந்தது. இச்சொல் பிறகு பலாத்காரமாக மாறி தற்போது வன்புணர்ச்சி என்ற சொல்லே பெரிதும் பயன்பட்டு வருகிறது. மாற்றத்தைக் கொண்டுவந்தவர்கள் பெண்கள்தாம்.

ஆணுக்காகவே குறிக்கப்படும் கலைஞன் என்ற சொல் தற்போது கலைஞர் என்று பன்மையாக்கப்பட்டு பெண்ணையும் குறிக்கிறது. மொழியில் எதிர்ப்பு கலக்கும்போது பிம்பங்கள் மாறுகின்றன. பிம்பங்கள் மாறும்போது நிலைகள் மாறுகின்றன. மாறும் நிலைகள் வெளிகளை மாற்றுகின்றன. இந்தக் கலகம் நேரும்போது அதன் தாக்கம் மீண்டும் மொழியில் ஏற்பட்டு மொழியின் தடங்கள் மாறுகின்றன. மொழியின் தடங்களை, உடலை மீள் வாசிப்புச் செய்து மாற்றிய பெண் எழுத்தாளர்களை இனி பார்ப்போம். இந்த மாற்றம் கவிதைப் பாணியில் அதிகம் நேர்ந்திருப்பதால் கவிதைகள் இங்குக் கணிப்பில் எடுத்துக்கொள்ளப்படுகின்றன.

கனிமொழியின் கவிதைகள் பெண் வாழ்வில் உள்ள என்றும் மாறாத அடக்குமுறைகளை சலிப்புடனும், சோர்வுடனும், சற்றே கோபத்துடனும் சொல்பவை. 1995ல் வெளிவந்த 'கருவறை வாசனை' தொகுப்பில் எதையும் அழுத்தமாகத் தீர்மானிக்க முடியாத பெண்ணின் நிலையைச் சில கவிதைகளில் கூறுகிறார்:

> அப்பா சொன்னாரென
> பள்ளிக்குச் சென்றேன்
> தலை சீவினேன், சில
> நண்பர்களைத் தவிர்த்தேன்,
> சட்டை போட்டுக்கொண்டேன்,
> பல் துலக்கினேன், வழிபட்டேன்,
> கல்யாணம் கட்டிக்கொண்டேன்,
> காத்திருக்கிறேன்
> என் முறை வருமென்று

என்று போகிறது முதல் கவிதை.

சட்டாம்பிள்ளையாய்
அம்மா.
சிறைக்காவலராய்
அப்பா.
அறிவுச்சலவைக்குப்
படிப்பு.
கைகொட்டிச்சிரித்து அடக்கிவைக்க
சுற்றம்.
சிலுவையின் ஆணி தகர்த்து இறங்கிவந்தால்
கையில் தாலிக் கயிற்றோடு
கணவன்.
உன் கருவறைக்குள்
மற்றுமொரு அடிமை

என்ற கவிதையில் பெண் சோகம் முற்றிலும் வெளிப்படுகிறது. இது தவிர பொது வாழ்க்கையில் உள்ள அரசியல், மாநகர வாழ்க்கை, கவிதையில் தேடும் சொற்கள் என்று பல கிளைகளாகக் கவிதைகள் ஒரு பெண்ணின் பார்வையில் விரிகின்றன . 'அகத்திணை' (2003) என்ற கவிதைத் தொகுப்பும் எழுதியுள்ள கனிமொழி தான் எழுதுவது தனக்காக, தன் சுய தரிசனத்துக்காக என்று ஒரு பேட்டியில் கூறியிருக்கிறார். கனிமொழி தன்னைப் பெண்ணியவாதியாகவே காண்கிறார். 'அகத்திணை' தொகுப்பின் இரண்டு கவிதைகள் பெண் உடலை மிகவும் துல்லியமாக எழுதிச் செல்கின்றன. 'அறம் 2' கவிதையில் பெண்ணின் உடலே அவளுக்கு அந்நியமாவதைக் கூறுகிறார்:

தலையில்
எண்ணெய் தடவிக்கொண்டிருந்தாள்
ஒருத்தி

புருவம் செப்பனிடப்பட்டது

உடலின்
உபரி மயிர்
நீக்கப்பட்டது

முகம் பொலிவூட்டப்பட்டது

கைகளில் கோலம் போட்டார்கள்

குடியேறப் போகும்முன்
சீர் செய்யப்படும் வீடுபோல

வேலைகள்
நடந்துகொண்டிருந்தன

அறிமுகம்கூட இல்லாத
ஓர் உடலுக்குள் புகுத்தப்பட்டேன்

தலையில்
கையில்
உடலெங்கும் பாரங்கள்
ஏற்றப்பட்டன

நடுங்கும் என் கைகளைப் பிடித்து
யாரோ அழைத்துச் சென்றார்கள்

எத்தனையோ விஷயங்கள் மாறினாலும் பெண் உடலைச் சமூகத்தில் இருத்தும் விதம் மட்டும் மாறாமல் இருப்பதை 'தீண்டாமை' கவிதையில் எள்ளல் தொனியில் கூறியிருக்கிறார். பூசாரிகள், அவர்கள் உடைகள், தொழும் முறைகள், கோயிலில் நுழைந்துவிட்ட இயந்திரங்கள் என எல்லாம் மாறினாலும் ஒன்று மட்டும் மாறவில்லை என்று கடைசி வரிகளில் கூறுகிறார்:

எந்நாடு போனாலும்
தென்னாடு உடைய சிவனுக்கு
மாத விலக்குள்ள பெண்கள்
மட்டும் ஆவதே இல்லை.

ஆண்குறி மையப் புனைவைச் சிதைக்கும் பெண் பிரதிகள் குறித்தும் தமிழ்ப் பெண்ணிய விவாதங்களைக் குறித்தும் தொடர்ந்து எழுதி வரும் குட்டி ரேவதி கவிஞர், புனைகதை எழுத்தாளர், கட்டுரை யாளர் என்ற பன்முகம் கொண்ட எழுத்தாளர். 'பூனையைப் போல அலையும் வெளிச்சம்' *(2000)*, 'முலைகள்' *(2002)* 'தனிமையின் ஆயிரம் இறக்கைகள்' *(2003)* 'உடலின் கதவு' *(2006)* 'மாமத யானை' *(2011)* 'முத்தத்தின் அலகு' *(2011)* 'யானுமிட்ட தீ' *(2011)* 'அகவன் மகள்' *(2013)* 'சூரியன் ஓர் உப்புக்கடல்' *(2014)* என்ற கவிதைப் புத்தகங்களை எழுதியிருக்கும் குட்டி ரேவதியின் கவிதைகள் பலத்த விவாதத்தை எழுப்பின. அவர் மொழியும் அது பெண் உடலைப் பிரதியாக்கும் விதமும் மொழியின் பல மூடிய அடுக்குகளைத் திறந்தன. கவிதை குறித்துத் தன் வலைப்பதிவில் செய்திருக்கும் பதிவில் கவிதை தன் தளைகளை அறுத்தது பற்றிப் பேசுகிறார் குட்டி ரேவதி:

எப்படியோ இப்பொழுதும் கவிதைதான் காப்பாற்றி விட்டது.

அருகே அருகே நகர்ந்து வந்து என்னைச் சுவைத்துப் பார்க்கத் திட்டமிருந்த, ரத்தச்சுவை கேட்கும் பிடாரிகளிடம் இருந்து மொழியின் வேட்கைதான் விரட்டியது.

கைக்கு எட்டாத தூரம் செல்லும் வித்தையைக் கவிதைதான் கொடுக்கிறது.

கவிதையிடமிருந்து, மனிதனின் மூளைச்சுவரின் மடிப்புகளில் கூட எந்த நஞ்சையும் மறைத்து வைக்கமுடியாது. பூஞ்சையைப் போல்.

அது தன்னையே கொல்லும், என்னையே கொல்லும் என்று சொல்லும் அன்பைக் கவிதை மட்டுமே தந்துவிடுகிறது.

தனிமைதான் எவ்வளவு பாதுகாப்பானது. கண் முன்னே பரத்தி அடுக்கப்பட்டிருந்த எந்தப்புதிய புத்தகமும்ஈர்க்காத படிக்கு தனிமையின் பெருங்காட்சி கண்களை நிரப்பிக் கொண்டே இருக்கிறது.

யார் என்னை தம் அன்பின் செம்புக்குள் நிறைத்து வைத்து 'இது தான் நீ, இது மட்டுமே நீ' என்று சொல்வதில்நான் பூரித்துப் போக முடியும்.

அன்பின் உச்சம் என்று சொல்லிய மறு கணம் எப்படி அவமானத்தைத் தந்து போகிறார்கள்.

அய்யோ, தப்பித்தேன். கவிதை, பிச்சைக்கார உடையில் இருக்கும் என்னை, மனதில் மேகங்கள் போல எண்ணங்கள் பறந்து கொண்டிருக்கும் என்னைக் கடலுக்குள் இழுத்துச் செல்கிறது.

நான் அலையாகக் கொந்தளிக்கச் செய்கிறது. கரையையும் இடிக்கக் கற்பிக்கிறது.

அவமானம். எல்லாமும் கையில் தந்ததாய்க் காட்டிக் கொண்ட பின், கடைசியாய் பரிசளிக்கப்படுவது ஓர் அவமானம். கவிதை அப்படிச் செய்வதே இல்லை. உச்சம். உச்சத்தின் பரவசம். இது மட்டுமே கவிதைக்குத் தெரியும். கவிதைக்குத் தெரிந்தது எல்லாம் இதுவே.

இலைகளை உதிர்த்து உதிர்த்து துளிர்க்கும் சுரவேகம், கவிதை தந்தது. உங்கள் காலடி நிழல் உங்களுக்கே. அதில் என்னையும் தங்கச் சொல்லுதல் என்னை அவமானம் செய்யும்.

கவிதை பெரிய குடை. அதில் நீயும் அடங்குவாய். நானும் நிற்பேன். எல்லை என்று ஏதும் இல்லை. அடுத்தடுத்த கணத்திற்கு இழுத்துச் செல்லும் நாயின் விளையாட்டு, கவிதையிடம் உண்டு.

மனிதர்கள் போல், 'இவ்வளவு தான் உனக்கு, எனும் அவமானம் செய்தல் இல்லை அதனிடம்'. நான் நாயையும் சொல்கிறேன். கவிதையைத்தான் சொன்னேன்.

எப்படியோ, இப்பொழுதும் ஒரு முறை தப்பித்தேன். எவரிடமும் சிக்காமல் கவிதை கிணற்றிலிருந்து ஒரு வாளி வழியாக என்னை இறைத்து வெளியே கொட்டியது. நான் பாய்ந்தோடி பயிர்களைக் கண்டேன்.

இதோ ஓடுகிறேன், வரப்பின் வழியே, வாய்க்கால் வழியே, கண்டபடியெல்லாம் தாறுமாறாக.

பெண்ணின் இச்சைகளை ஆண்குறி மையமிட்ட மொழியிலிருந்து விடுவித்து முற்றிலும் வேறுபட்ட மொழியில் இச்சைகளைக் கட்டிய கவிஞர் குட்டி ரேவதி. 'என் காமத்தின் ஒளி' கவிதையில் அது இன்னும் வருடிப் பார்க்கப்படாதது என்று கூறுகிறார்:

...வருடிப் பார்த்திருக்கிறாயா என் காமத்தை
ஒரு புதிய காகிதத்தில் எழுத விரும்புவதைப் போலவோ
அல்லது
ஒரு குழந்தையின் விரல்களைப் பற்றும்
ஆர்வத்துடனோ?

என ஒரு கவிதையில் கேட்பவர், விரகத்தில் நீளும் பெண்களின் இரவுகள் பற்றி இன்னொரு கவிதையில் கூறுகிறார்:

இப்பொழுதும் இரவின் நீளத்தை
வார்த்தைகளால் அளந்துகொண்டிருக்கிறேன்
வாடைக்காற்று காதருகில்
பலமான வர்த்தைகளைக் கொண்டுவருகிறது
பனி தனது பாதங்களை
எனது மேனியின் எல்லா இடுக்குகளிலும்
பதுக்குகிறது
எனது இரவைவிட அம்மாவின் இரவு நீளமாயும்
அதைவிட அவரது அம்மாவின் இரவு நீளமாயும்...

சுகிர்தராணியின் கவிதைகள் உடலின் இன்னொரு தளத்தைச் சார்ந்தவை. 'கைப்பற்றி என் கனவு கேள்' (2002), 'இரவு மிருகம்'

(2004), 'அவளை மொழிபெயர்த்தல்' (2006), 'தீண்டப்படாத முத்தம்' (2010) என்ற கவிதைத் தொகுப்புகளை எழுதியிருக்கும் சுகிர்தராணி மேல்நிலைப்பள்ளியில் தமிழாசிரியை. வாழ்வின் வாதையை அபூர்வமான உருவகங்களிலும் மொழியிலும் வெளிப் படுத்துவது சுகிர்தராணியின் பிரத்தியேக கவிதை மொழி. உடல், இச்சை, ஏக்கம், விரக்தி இவை குறித்து எழுதும்போது வயிற்றில் இறங்கும் கத்தி போன்ற கூர்மையுடன் அலங்காரங்கள் அற்ற மொழி மூலம் அவற்றைக் கூறுகிறார். 'காமத்தின் புராதனக் கோயில்' கவிதையில் அவர் காமத்தை நேரடியாக எழுதுகிறார்:

என் மீதுதிர்ந்த உன்
விரகச் சருகுகளால் தீ மூட்டு
என் சுண்ணம் என் சாந்து
உருகி வழிகிறது
ஓங்கி உயர்ந்த என் அழகுகெட
பிளவுகளில் கிளைபரப்பி
என் கற்களைத் தகர்...

'முதல் முத்தம்' கவிதையின் இறுதி வரிகள் கொடூரமாய்க் கொல்லப்படும் காதலர்களைக் கூறினாலும் காமத்தையும் கூறுகிறது கவிதையின் சில வரிகள்:

...என் உடல் முழுவதும் உருள்கின்றன
காமத்தின் முத்துகள்
உன் சுடுமூச்சுகளின் நூல்கொண்டு
ஒவ்வொன்றையும் கோர்க்கிறாய்...

பெண் உடல் முடக்கப்படுவதைக் கவிதையாக்குகிறார் சல்மா. சல்மா குடும்பம் என்ற அமைப்பினுள் உடலுக்கான அரசியலை எந்தப் பூச்சும் இன்றி காட்டுகிறார். 'ஒரு மாலையும் இன்னொரு மாலையும்' (2000) 'பச்சை தேவதை' (2003) என்ற இரு கவிதைத் தொகுப்புகளை எழுதியிருக்கும் சல்மா, உடலை ஒட்டிய தந்திரங்கள், அதைச் செலுத்தும் விதங்கள், அது பயன்படுத்தப்படும் வகைகள், அதைக் கட்டிப்போடும் சாகசங்கள் எல்லாவற்றையும் போட்டு உடைக்கிறார். இவர் கவிதைகளில் உடல் அரசியலின் தன்மைகளை முழுவதுமாகக் காட்டுவது என்று கருதப்படும் கவிதை 'ஒப்பந்தம்' என்ற கவிதைதான்.

ஒவ்வொரு முறையும்
அம்மா நாசூக்காய்ச் சொல்வதை

அக்கா கோபமாய்ச் சொல்வாள்
படுக்கையறையின்
தவறுகளெல்லாம்
என்னுடையதென

தினமும் படுக்கையறையில்
எதிர்கொள்ளும் முதல் பேச்சு
'இன்றைக்கு என்ன?'
அநேகமாக
இறுதிப் பேச்சும்
இதுவாகவே இருக்கும்

வேசைத்தனத்தினைச் சுட்டும் விரல்
ஒளிரும் கோடி நட்சத்திரங்களிலிருந்து மீள
நடுங்கும் இரவுகளில்
மிதக்கும் அறிவுரைகள்

குட்டிக்கு உணவூட்ட
இயலாப் பூனையின்
தேம்பியழும் குரல்
கவ்விப் பிடிக்கிறது ஈரலை

உனக்கும் கூடப்
புகார்கள் இருக்கலாம்

என் நிலைப்பாடு
காலத்தாலும்
வரலாற்றாலும்
தெளிவாக்கப்பட்டிருக்கிறது

உன்னிடமிருந்து
கலங்கலானதே எனினும்
சிறிது அன்பைப் பெற

உனது குழந்தையின்
தாய் என்னும் பொறுப்பை
நிறைவேற்ற

வெளியுலகில் இருந்து
சானிடரி நாப்கின்களையும்
கருத்தடை சாதனங்களையும் பெற
இன்னும் சிறு சிறு உதவிகள் வேண்டி

முடியுமானால்
உன்னைச் சிறிதளவு அதிகாரம் செய்ய

நான் சிறிதளவு அதிகாரத்தை
ஸ்திரப்படுத்திக்கொள்ள

எல்லா அறிதல்களுடனும்
விரிகிறதென் யோனி

'இரண்டாம் ஜாமத்துக் கதை' கவிதையிலும் பெண்ணின் உடல்மேல் பதியும் தடயங்களையும் அவை தொடர்ந்து அவளைப் பிணைப்பது குறித்துப் பேசும் சல்மாவின் பெண் உடல் குறித்த மொழி, உடலின் இயலாமையை, அதனால் முடக்கப்படும் வாழ்க்கையைக் குறித்த மொழி.

'நீரின்றி அமையாது உலகு' (2003), 'நீலி' (2005), 'எனது மதுக்குடுவை' (2011) என்ற கவிதைத் தொகுப்புகளை வெளியிட்டிருக்கும் மாலதி மைத்ரி பெண்ணியக் கவிஞர்களில் மிகவும் முக்கியமானவர். மாலதி மைத்ரி அணுசக்தி எதிர்ப்பியக்கம், மக்கள் கல்வி இயக்கம் இவற்றில் இணைந்து செயல்பட்டவர். பெண்ணியச் செயல்பாடுகளிலும் விவாதங்களிலும் நாட்டமுடைய இவர் 'விடுதலையை எழுதுதல்' என்ற பல கட்டுரைகளையும் எழுதியவர். 'அணங்கு' என்ற முதல் பெண்ணியப் பத்திரிகையை நடத்தியதுடன் 'அமீபா' என்ற பத்திரிகையையும் சிலகாலம் நடத்தியவர். கிரணம் என்ற வெளியீட்டகத்தின் பதிப்பாளர். 2001ல் மாலதிமைத்ரி 'சங்கராபரணி' கவிதைத் தொகுப்பை வெளியிட்ட போது அவர் கவிதைகளின் மொழி 'தமிழில் உக்கிரத்துடன் உருவான பெண் கவிமொழி' என்றே அறியப்பட்டிருந்தது. ஆணின் வன்முறையை எதிர்கொள்ள ஆணின் தொடை இடையே கையை விட்டு அவன் ஆணுறுப்பை எல்லா வலிமையுடனும் இழுக்கச் சொல்லும் முந்தைய கவிதையின் கோபத்தைப் பலர் மறந்திருக்கவில்லை. 'பேய் மொழி' கவிதையில் காரைக்கால் அம்மையாரைப் பற்றிக் கூறி அவர் பேயுரு கொண்டதைக் கவிதை மொழியுடன் இணைக்கிறார்:

பேயின் சாயலெல்லாம்
பெண்
பெண்ணின் சாயலெல்லாம்
பேய்

பேயின் மொழி
கவிதை

கவிதையின் சாயலெல்லாம்
புனிதவதி
பெண்ணாகி
கவியாகி
பேயாகி

பேயின் மொழி
விடுதலை

பூமிக்கு வெளியே
நிற்கிறாள்
நீலி

பெண்ணின் மொழி பேய் மொழி என்று அவர் கூறினாலும் மாலதி மைத்ரியின் மொழி கனிவையும், கற்பனையையும், கண்முன் விரியும் உலகத்தின் தன்மையைப் பெண்ணுடன் நெருங்கிய ஒன்றாய் பார்க்கும் நோக்கையும் கைவிட்டது அல்ல. ‘உறக்கம்’ கவிதை படைக்கும் அற்புதக் காட்சிகளை மாலதி மைத்ரியின் மொழியின் பரப்புக்கு உதாரணமாகக் கூறலாம்.

இரவு கரும் நஞ்செனக் கவிகிறது
என் மீது
என்றாலும் எந்த விரோதமும்
இல்லை அதனுடன்
துளி மீதமின்றி துடைத்தெறிந்துவிட்டு
விடியலில் சற்றுப் புரளும்பொழுது
கவனிப்பையும் மீறி
நஞ்சு கலந்த பாலாகிவிடுகிறது ஒரு பகல்
எதைக்கொண்டு கடைந்தாலும்
நஞ்சு மட்டுமே நுரைத்துத் தளும்புகிறது
நாள் முழுவதும்

தொடரும் இரவு
உறக்கத்தைக் கொடையளிப்பதில்லை
என்றாலும் எந்த விரோதமும்
இல்லை அதனுடன்
ஒளிப் பருந்து
உறக்கத்தைக் கோழிக்குஞ்சென
கவ்விக்கொள்கிறது
போகும் திசையெல்லாம்

இரவை எச்சமிட்டுச் செல்லும்
அதன் கால்களுக்கிடையில் சிக்கியது
என்னுடையது மட்டுமல்ல.

'மீன்காரி' கவிதையில் வரும் கொடுவாக் கத்திபோல பளீரென்று எழும் சொற்கத்திகளுக்குக் குறைவில்லை இருந்தாலும் மாலதி மைத்ரியின் மொழி விரிக்கும் காட்சிகள் கத்திகளைத் தாண்டி நம்மைப் போகவைக்கிறது வேறு பலவற்றைத் தேடியபடி.

காட்டுக் குதிரையென பறப்பாள்
தினமும் முப்பது மைல்களாவது
தலைச்சுமையுடன்
மழை வெயிலில்
சிதறாப் பனைபோல
மீன் விற்றுத் திரும்புகையில்
கூடையில் சிரித்துக் கொண்டிருக்கும்
(ரொம்ப சிரிச்சா புளிப்பேறிவிடும்)
ஒரு மொந்தை கள்
ஆனாலும்
சுளகில் மறைந்திருக்கும்
ஒரு கொடுவாக்கத்தி

•

# 5

# வெளியாக்கப்படும் உடலும் மொழியாகும் உடலும்

**ப**ல்லாயிர யோனிகளிலிருந்து வந்தவள் நான் என்று அக்கமகாதேவி கூறும்போது, பல்லாயிரப் பிறவிகளை மட்டுமல்ல பல்லாயிர உடல்களுக்கு அவர் அர்த்தமூட்டுகிறார். யோனி என்பது ஒரு ஜனனத் துளை மட்டுமல்ல, பல்வேறு சரித்திர கால கட்டங்களில் பல அர்த்தங்களைப் பெறும் ஓர் அங்கம். உடலை அதன் விளக்கங்கள், குறுகல்கள், இலக்கணங்கள் இவற்றிலிருந்து வெளியே எடுத்து ஒரு வெளியாக்கி, அதன் மேல் நின்று எழுதும் போது வரும் இலக்கியம் எல்லாவித அடிப்படையையும் மீறிபதாக இருக்கும். உடலை ஓர் இயற்கைக் காட்சியாகத் தீட்டி அதை விஸ்தரிப்பதுதான் அதன் லட்சக்கணக்கான அர்த்தங்களையும் அழகுகளையும் மட்டுமல்ல, அவலங்களையும் வெளிக் கொண்டு வரும்.

பெண்ணாக வாழ்வதை எழுதத் தனி மொழி ஒன்றை உபயோகித்துள்ள பல எழுத்தாளர்கள் உண்டு. சென்ற தலைமுறை எழுத்தாளர்களில் குமுதினி, கௌரி அம்மாள், கி.சாவித்திரி அம்மாள், கி.சரஸ்வதி அம்மாள், சரோஜா ராமமூர்த்தி போன்றவர்கள் மொழியை அவர்களுக்கே உரிய முறையில் மாற்றியிருந்தாலும், பெண் வாழ்க்கையின் களங்களைக் கூற, சீறிப் பாய்ந்தும், குத்திக் கிழித்தும், நயந்தும், கனிவாகவும், உரக்கவும், ஓலமாகவும், கவித்துவமாகவும், நெஞ்சில் பாயும் கட்டாரியாகவும் மொழியை மாற்றும் வல்லமை கொண்ட எழுத்தாளர்கள்,

அவர்களுக்குப் பின் வந்த அநுத்தமா, ராஜம் கிருஷ்ணன், ஆர்.சூடாமணி போன்றவர்கள் எனலாம். பெண் உடல் அரசியலையும், பெண் உடலின் மீள் வாசிப்பையும் உடலின் பல்வேறு இயங்கு தளங்களையும் துல்லியமான மொழியில் புனைகதை வடிவத்தில் கூறும் மூத்த எழுத்தாளர்களில் வாஸந்தியையும் இன்றைய தலைமுறை எழுத்தாளர்களில் பெண் உடலை ஒரு பரந்த இயற்கை வெளியாக்கி உடலின் மொழியை முற்றிலும் வேறு வகையில் கூறும் புனைகதை எழுத்தாளர்களில் தேன்மொழி மற்றும் குட்டி ரேவதியைக் கூறலாம்.

தேன்மொழியின் மொழியுலகு மிகவும் அபூர்வமானது. சுற்றிலும் எல்லோரும் ஒப்பாரி வைக்க, சடலமாக இருக்கும் பெண்ணொருத்தி தன் காதலனுடன் பேசும் கதையின் தலைப்பு 'கடற்கோள்.' கடலால் மூழ்கடிக்கப்படும் நிலத்தை அந்தப் பெண்ணுடன் ஒப்பிட்டு அவள் வாழ்வையும் அந்த வாழ்க்கையை வாழ்ந்த உடலையும் முற்றிலும் கடல் கொள்ளும் நிலமாக மாற்றிவிடுகிறது கதையின் தலைப்பு. அதேபோல் தனக்கு நேர்ந்த பாலியல் வன்முறையை எதிர்க்கும் பெண் பற்றிய கதையின் தலைப்பு 'நிலக்குடை.' விஷமுடைய காளான்களைப் போலப் பரவும் மனிதர்களாகப் பெண்களை வதைப்பவர்களை உருவகப் படுத்தும் சொல். மனம் பிறழ்ந்த பெண்ணைக் கூனல் பிறையாக்கும் மொழி தேன்மொழியுடையது. மது அருந்துபவர்கள் தலையை முட்டுவதைப் போல் உணரும் மயக்கம் தரும் மொழியுடன் பல நிலைகளில் பெண்ணுடல் படும் வாதையைக் கூறும் மொழியாக இருக்கிறது தேன்மொழியின் மொழி.

சிறுகதை வடிவைத் தேர்ந்தெடுத்தக் காரணத்தைத் தன் முன்னுரையில் குட்டி ரேவதி கூறும் போது, 'உடலரசியலைக் கொஞ்சம் கொஞ்சமாகச் சிதைக்க முனைந்த ஆதிக்க மனோ பாவத்திற்கு எதிரான சமூக எழுச்சிதான் சுய அனுபவங்களையும் புனைவுகளையும் நான் சந்தித்த பெண்களின் கற்பனைகளையும் நிகழ்வுகளையும் எழுத உந்தியது என நம்புகிறேன்' எனக் கூறுகிறார். 'இந்த ஒற்றை வாழ்க்கை எனக்குப் போதுமானதாக இல்லை. உறவுகளும் ஆண்களும் அதிகாரங்களும் எப்பொழுதுமே வாழ்க்கையை நிறைவு செய்துவிடுவதில்லை... கற்பனையும் புனைவும் பாலியல் ஆற்றலும் இணைந்த பெருவெளியும் அதில் தீவிரமாய்ப் பயணிக்கும் உடலும் கொண்டவள் நான் என்பதுதான் சிறுகதை எழுதுவதற்குத் தேர்ந்தெடுத்ததற்கு அடிப்படை' என்று விளக்கும் குட்டி ரேவதி, 'சிதறிக்கிடக்கும் உறுப்புகளை

ஒருங்கிணைக்கவும், ஒவ்வோர் உறுப்பின் மீதும் அழுத்தம் தரும் அரசியல் சுமையைக் களையவும் புனைவு ஓர் அகண்ட உலகத்தைத் திறந்துகொடுக்கிறது. பாலியல் ஆற்றலை முழு வீச்சுடன் இயக்கவும், வேட்டையாடுபவன் மீதான எச்சரிக்கையின்றி ஆகாயம் ஏகவும், வாழ்வின் கானகத்தினூடே வீடு, துணை, இணை, பொறுப்பு, தயக்கம், பயம் என்று ஏதுமின்றி தேடித்துழாவவும் இது ஒரு வாய்ப்பாக இருக்கிறது' என்கிறார்.

பெண் உடலை இயற்கையுடன் இணைந்த ஒன்றாகவே பல பெண் கவிஞர்கள் பார்க்கிறார்கள். குட்டி ரேவதியின் 'முலைகள்' கவிதையில் பெண் உடலைக் கட்டிய அனைத்தும் களையப்பட்டு பெண் உடல் சுதந்திரமாகப் பயணிக்கிறது:

முலைகள் சதுப்பு நிலக் குமிழிகள்
பருவத்தின் வரப்புகளில்
மெல்ல அவை பொங்கி மலர்வதை
அதிசயித்துக் காத்தேன்

எவரோடும் ஏதும் பேசாமல்
என்னோடே எப்போதும்
பாடுகின்றன
விம்மலை
காதலை
போதையை....

மாறிடும் பருவங்களின்
நாற்றங்கால்களில்
கிளர்ச்சியூட்ட அவை மறந்ததில்லை

தவத்தில்
திமிறிய பாவனையையும்
காமச்சுண்டுதலில்
இசையின் ஓர்மையையும் கொண்டெழுகின்றன

ஆலிங்கனப் பிழிதலில் அன்பையும்
சிசு கண்ட அதிர்வில்
குருதியின் பாலையும்
சாறெடுக்கின்றன

ஒரு நிறைவேறாத காதலில்
துடைத்தகற்ற முடியாத
இரு கண்ணீர்த்துளிகளாய்த் தேங்கித்
தளும்புகின்றன.

பழங்களுக்கும் குடங்களுக்கும் ஒப்பிடப்பட்ட முலைகளை சதுப்பு நிலக் குமிழிகளாகவும் கண்ணீர்த்துளிகளாகவும் குட்டி ரேவதி எழுதியபோது அது பெண் உடல் குறித்த முற்றிலும் வேறான பிம்பங்களை முன்வைத்ததோடல்லாமல் பெண்மொழிக்கான ஒரு புது இலக்கணத்தை உருவாக்கியது.

சுகிர்தராணியின் கவிதைகளில் உடலின் அங்கங்கள் பல வகைகளில் முற்றிலும் எதிர்பாராத வகையில் மாறுகின்றன:

...தொங்கும் அவள் முலைகள்
சர விளக்குகளைப் போல
வெளிச்சத்தை வீசுகின்றன...

பெண்ணின் உடல் திமிர்ந்த பீடபூமி ஆகிறது ஒரு கவிதையில். பாம்பாகிறது இன்னொரு கவிதையில். பெண் உடல்கள் மேல் நிகழும் தாக்குதல்களும் அவை வீழ்த்தப்படும் சரித்திர நிகழ்வுகளும் இருந்தாலும் அவை பல வகைகளில் தொடர்ந்து இயற்கையின் நீட்சிகளாகவே இருக்கின்றன. உடலை அகிலத்திலுள்ள அனைத்துமாகவே காண்கிறார் சுகிர்தராணி:

...நானே நிலமாகி
நானே நெருப்பாகி
நானே வானாகி
நானே காற்றாகி
நானே நீராகி
அடைக்க அடைக்கப் பீரிடுகின்ற
பிரபஞ்சத்தின் ஊற்றுக்கண் நான்

என்று ஒரு கவிதையில் உடலை அகிலமாக்குகிறார்.

மாலதி மைத்ரியின் கவிதை மொழி உடலை முற்றிலும் திறந்து போடும் மொழி. இயற்கையைப் பெண் உடலினுள் கொண்டு வரும் வெகு அபூர்வமான மொழி. அவற்றில் இயற்கையில் இருப்பது போலவே மழையும் ஆறும் காடும் புயலும் உண்டு. கனிவும் வலியும் கூட உண்டு. உடல் காடாகும் பாம்புமாகும். எதாகவும் மாறி அதாகவே இருக்கும் தன்மையுடையது அவர் படைக்கும் பெண் உடல். சங்கராபரணி ஆற்றைக் கூடத் தான் வளர்த்த ஆறாகவே காண்கிறார். தன் முலைப்பால் குடித்து 'புதிய உடலுடன் பால் மணத்துடன் ஓடும் ஆறு' என்கிறார் சங்கராபரணியை. தன் உடலின் குமிழிலிருந்து பிறந்த பேருரு என்கிறார் தன் மகவை ஒரு

கவிதையில். இன்னொரு கவிதையில் அந்தக் குமிழ் 'எல்லாம் நிறைந்த பிரபஞ்ச'மாகிவிடுகிறது.

பெண் தன் குழந்தையை தனக்கே உரிமையாக்கிக்கொண்டு இனப்பெருக்கத்தொடர்ச்சியைக் கையகப்படுத்துவது பெண்ணியச் செயல்பாடு என சங்கராபரணி கவிதைத் தொகுப்பின் முன்னுரையில் கூறும் மாலதி மைத்ரியின் கவிதைகளில் தாயும் சேயும் உண்டு. தாயும் சேயும் அதி அற்புதமான இயற்கையின் கூறுகளாக, நிகழ்வுகளாக மாறுகின்றன மாலதி மைத்ரியின் கவிதைகளில். 'குழந்தையின் கண்ணீர்' கவிதையில் இது நேர்கிறது.

என்னுடன் பிணக்கமுற்று
உதடு சுழித்து முகம் கோணி
கையால் ஒரு கண் கசக்கித் தேம்பும்
என் மகளின் இன்னொரு கண்ணில்
விளிம்புகட்டி நிற்கும் நீரில்
நகர்கிறது கப்பல்

குழந்தையின் கண்ணீர் குறித்துப் பேசும் கவிதையின் இன்னொரு பகுதியில் குழந்தையின் படுக்கையே இயற்கையின் மாயமாகிப் போகிறது.

சாமத்தில் படுக்கையில்
குழந்தை சிறுநீர் கழித்துவிட்டாள்
ஈரத் துணிகளை அவிழ்த்துத் துடைத்து
புதியதை உடுத்தி
படுக்கவைத்தப் பிறகுதான் உணர்ந்தேன்
இரவு விளக்கின் இளம் நீல வெளிச்சத்தில்
படுக்கை மிதந்துகொண்டிருப்பதன் அசைவை
ஆங்காங்கே நீரில் துள்ளுவது
சிறுசிறு மீன்களாகத்தான் இருக்கும்
ஜன்னல் வழியே உள்நுழைந்துவிட்டன போலும்.

கவிதை மொழியின் பரப்பை பெண்ணின் இருத்தலிலிருந்து நோக்கி அண்டத்திலுள்ள எல்லாவற்றுடனும் மொழியைப் பிணைத்து, அண்டத்தைப் போலவே அதை எல்லைகளற்றதாக்கிவிடும் கவிதைகளும் உண்டு. தமிழச்சி தங்கபாண்டியனின் கவிதைகளில் வரும் உலகம் கிராமத்திலிருந்து நகரம் வரை விரியும் ஓர் உலகம். பிறகு அந்த உலகம் பெருங்கம்பளமாய் விரித்துப் போடப்படுகிறது. சென்னை கல்லூரி ஒன்றில் ஆங்கிலத் துறையில் விரிவுரையாளராக

இருந்த தமிழச்சியின் கவிதைகள் பல கதைகளைக் கூறும் விழைவுடன் மொழியின் ரகசியங்களிலும், அதன் அழகிலும் பொலிவிலும் அமிழ விழைபவை. எத்தனை எழுதினாலும் சொற்களின் போதாமையை உணர்வதாகக் கூறும் அவர் கவிதைகளில், மண்ணின் ஈரம் உள்ள கவிதைகளில் உள்ள நெகிழ்வும், கதை கூறும் தொனியும், நகரம் பற்றிக் கூறும் சில கவிதைகளில் முற்றிலும் மாறி எதிர்பாராத அடியாக விழுகிறது. 2009ல் வெளிவந்த 'மஞ்சணத்தி' தொகுப்பில் உள்ள 'கலவி' கவிதையில் அந்த அடி இவ்வாறு விழுகிறது:

ஒரு கர்ப்பிணியின் வாந்தியினை
எடுத்து உண்ட எத்தியோப்பியக்
குழந்தைகளின் பட்டினியைத்
தொலைக்காட்சியில் பார்த்த பின்பும்,
கலவி இன்பம் துய்த்த அந்த
இரவிற்குப் பின்தான்
முற்றிலும் கடைந்தெடுத்த
நகரவாசியானேன் நான்.

அதே தொகுப்பில் 'மழையும் மழைசார் வாழ்வும்' பகுதியில் மழை பற்றிய குறுங் கவிதைகள் மெத்தென்ற மொழி மழைச் சொட்டுகளாய் மேலே விழுபவை.

'முகத்தில் முழிக்க மாட்டேன்'
என எப்படிச் சொல்வது
முழுவதும் நனைத்துவிட்ட மழையிடம்?

எனக் கேட்கிறது ஒரு கவிதை.

பிழியப்படும் மிதியடிகளில்
நாட்பட்ட பிரிவின் விரகமாய்ச்
சொட்டுகிறது மழை

என விரகமாக மழையை ஒரு கவிதை காட்ட இன்னொன்று மழை மனத்தில் விசிறிவிடும் விரகத்தை வேறு வகையாகக் கூறுகிறது:

பிரிவின் செங்கனலை
விசிறுகின்ற இம்மழை
அறியுமா?
அனல் உன்னிடமும்
சாம்பல் என்னிடமும் என்பதை?

மழையைப் போலவே வெயில் ருசி பற்றியும் கூறும் கவிதைகள் பெண்களின் கவிதைகள் பரப்பு விரிவுபடுத்தப்படுவதைக் கூறுகின்றன. அவை சுற்றியுள்ள வாழ்க்கையை நோக்கும் விதத்தைக் கூறுகின்றன.

கடுமையான வசவுடன்
கால் பொசுக்க
வாசல் கூட்டும் பொம்மக்காவைப் போய்
கால் சுற்றும் பூனையாய்க்
கொஞ்சுகிறது இந்த வெயில்

என்று வெயிலை பூனையாக்குகிறது ஒரு கவிதை.

சில்லுக் கருப்பட்டியில் உருகியோடும் வெயில் பற்றிக் கூறுகிறது இன்னொரு கவிதை:

தின்பதற்கு என்ன வாங்கி வந்தாய்
என்று ஓடி வரும் குழந்தைகளிடம்
எப்படிக் கொடுப்பது
சில்லுக் கருப்பட்டியில் உருகி ஓடும் வெயிலை?

கோடை வெயிலுக்குக் காத்திருக்கும் கிராம வீட்டைப் பற்றிக் கூறுகிறது மற்றொரு கவிதை.

சடைத்துக் கொண்டு
கிளம்பிப் போன
புது மாப்பிள்ளைக்காகக்
காத்திருக்கும் பெண் வீடுபோல
கோடை வெயிலுக்குக் காத்திருக்கிறது
கிராமம் -- வெள்ளை அடிக்கவும்,
நெல் அவித்து உலர்த்தவும்.

'அருகன்' (2011) தொகுப்பில் மொழியின் எல்லைகளை அழிக்கும் செயலைப் பல கவிதைகள் செய்கின்றன, இயற்கையை வாழ்க்கையுடன் ஒன்றவிட்டு. அன்றாட வாழ்க்கையின் இடக்கங் களிலிருந்து ஒரு பெரும் தாண்டலைச் செய்கிறாள் 'பின்குறிப்பு' கவிதையில், பின்குறிப்பாக இல்லாமல் இருக்க விரும்பும் ஒரு பெண்:

எப்போதும் என் இருப்பு
உனக்கொரு பின்குறிப்புதான்
பணிக்கென சிறிய முள்
பயணத்திற்கென பெரிய முள் கொண்ட

உன் கடிகாரம்
நிமிட முள்ளை மட்டுமே

எனக்கு இட ஒதுக்கீடு செய்திருக்கிறது...
உண்டியும் காமமும் சுருங்குதல் எனக்கு அழகாம்.
உனக்கோ அவை அருட் பெருங்கொடை.
நீ அமிழ்ந்து சிலிர்க்கின்ற மழை
எனக்கும் கவிதைதான் -
காயும் உன் உடைகளெடுக்க ஓடும் வரை.

பின்குறிப்பென எனக்கு இடமளித்தது கூட
பிள்ளைகளுக்குத்தான் என்றால்
தாய்மையும், தனமும் வேண்டாம்.
தனித்ததொரு மரமாய்க் கிளைத்து
மலர்வேன் உலகின் பெருவனமாய்!

'நிழல்' கவிதையில் இயற்கை துயரத்தைக் கேட்கும் தோழியாகி விடுகிறது.

மிக நேசித்த நட்பொன்றை
இழந்த துயரத்தை
என்னோடு உடனே பகிர்ந்து கொண்டது
அந்தத் தெருமுனை வேப்பமரம்தான்.
அன்றைக்கென்று,
காக்கைகள் கூடக் கரையாத
கனத்த மௌனத்துடன் இருந்தது.
அதன் நிழலில் நிதானித்த என்னை
ஓணான் பார்வை பார்த்தது.
'உனக்குத் தெரியாது என் வலி' என்றேன்.
'இதைத்தான் இன்று மாலை
என்னைக் கடந்து செல்லும்போது
உன் தோழியும் சொன்னாள்' என்றது.
கட்டிப் பிடித்துக் கொண்டேன்.
காக்கையொன்று கரையப் -
பின்தொடர்ந்து,
காணாமல் போயிருந்தது
என் துக்கத்தின் நிழல்.

பெரும் வெளியாய் வாழ்க்கை விரிவதையும் அதில் நின்றபடி அதை நோக்குவதையும் கனிமொழியும் ஒரு கவிதையில் கூறுகிறார்,

'அகத்திணை' (2003) தொகுப்பில் 'நீர்ப் பாலை' கவிதையில். நீரே ஒன்றுமற்ற பாலைவனமாகிறது கவிதையில்:

வானம் கருமையை வார்த்திருந்த
கடலின் அகலங்களை
அளந்துகொண்டிருந்தாய்
கரைகளை உடைத்துக் களைத்திருந்தன
அலைகள்
படகின் தளத்தில்
உன் தனிமைக்குத் துணையாய்
வந்தமர்ந்த மஞ்சள் குருவி
என் தோட்டத்து முள்வேலியிலிருந்து
அடர்ந்த ராகத்தில் பாடுவதை
நிசப்தமான மாலைகளில்
கேட்டிருக்கிறேன்.

'நிலம் புகும் சொற்கள்' (2008), 'கடலோடு இசைத்தல்' (2009), 'தீ உறங்கும் காடு' (2012), 'எனக்கான ஆகாயம்' (2013), 'சொல் எனும் தானியம்' (2014) என்ற ஐந்து கவிதைத் தொகுப்புகளை வெளியிட்டிருக்கும் சக்தி ஜோதியின் கவிதைகள் சமகாலப் பெண்ணின் உணர்வுகளை சங்ககால நிலப்பரப்புகளோடு இணைப்பவை. காதல் பற்றியும் காதல் சார்ந்த வெளிகள் உலகனைத்தையும் இணைத்து அத்துடன் நிலம், நீர், ஆகாயம். காற்று, நெருப்பு என்று அனைத்துமாய் பெண் ஆகும் மாயத்தைச் செய்யும் கவிதைகள் சக்தி ஜோதியுடையவை. உடலை எழுதுதல் என்ற வகையில் எளிதாக வகைப்படுத்த முடியாதபடி பெண் உடல் வாழும் எல்லையற்ற வெளிகளை மொழியில் கொண்டுவந்து மொழியுடன் பெண் உடலையும் விஸ்தரித்து அதை எல்லாமு மாக்கும் மாயத்தைச் செய்கிறது சக்தி ஜோதியின் கவிதைகள். சங்க கால நிலங்களை இக்காலத்துக்குக் கொண்டு வந்து இரு வேறு காலங்களையும் நிலங்களையும் பிணைக்கிறது வெகு எளிதாக 'அன்பின் நிலம்' கவிதை:

கடல்
நிலம்
காடு
மலை
பாலை என
எங்கும் காணோம்
நமதன்பின் வெளியை

ஒரே ஒரு முறை
என்னைப் பார்
நமக்கான நட்சத்திரத்தை
உன் விழிகளிலிருந்து
உருவாக்குகிறேன்

முத்தம் ஒன்று பறவையாகிறது இன்னொரு கவிதையில் ஓர் அரிய காட்சியினைப் படைத்தபடி:

எதிர்பாராதொரு தருணமதில்
மனதின்
தகிப்பு நிறைந்த உணர்வுகளால்
பொங்கி வழிந்த முத்தமொன்று
எனது நெற்றியில் அமர்கிறது
கடல் சேரும்
நீரினாலோ அல்லது
குருதியினாலோ கூட
கழுவியகற்ற இயலாமல்
சிறகை அசைத்துக் கொண்டே இருக்கின்றது
கடலில் நனைந்தபடி

பெண்ணை உருவகப்படுத்தி விளக்க வேண்டாம் என்கிறது 'நிலவென்று சொல்லாதே' கவிதை:

நிலவென்று சொல்கிறார்கள்
என்னை நிலவென்று சொல்கிறார்கள்
எனக்கு விருப்பமில்லாப் பெயர் அது
இரவல் ஒளியில் ஒளிர்ந்து கொண்டிருப்பது
எப்படி நானாக முடியும்?

நான் எனது சொற்களால் ஆனவள்
எனது விரல்களிலிருந்து கசிவது
என் இரத்தம்
அது
என் முதுகுத்தண்டில் உற்பத்தியாகி
உலகெங்கும் பரவுவது

நான் பெண்
நிலவல்ல
நான்
உயிர்ப்புடனிருப்பவள்

நிலவல்ல
ஆயிரம் ஆயிரம் சூரியன்களைப் பெற்றெடுக்கும் பெண்
நிலவல்ல

நிலவு
அது ஒரு போலி
மாதர்
கண்களைக் கட்டும்
ஒளித்தீற்று
மேலும் அது ஒரு சூனியம்

என்றென்றும்
பெண் நிலவாயிருக்க விரும்பவே மாட்டாள்
அவள்
சூரியன்களைப் பிரசவிப்பவள்

'இந்த நிலம், நீர், ஆகாயம், காற்று, நெருப்பு ஆகிய அனைத்தும் பெண்ணின் வடிவங்கள்தாம். இவைகளின் எது இருக்கிறதோ அது என் கவிதைகளில் இருக்கிறது' என்று 'நிலம் புகும் சொற்கள்' தொகுப்பில் கூறிய சக்தி ஜோதி, 'கடலோடு இசைத்தல்' தொகுப்பில் பஞ்சபூதங்களாய் இருந்தும் ஒன்றும் இல்லாமல் போகும் பெண் பற்றிக் கூறுகிறார் 'பெண்' கவிதையில். உறங்காதிருந்த பல பெண்களின் தசையிழைகளினாலும் நரம்பு களினாலும் பிணைக்கப்பட்டுள்ள இன்றைய பெண்ணைப் பற்றிக் கூறி, அத்தனை பெண்களும் உறங்காத உறக்கத்தை, யுகாந்திர உறக்கமாய் உறங்க விரும்பும் பெண் அவள் என்கிறார், 'சொல் எனும் தானியம்' தொகுப்பின் 'யுகாந்திர உறக்கம்' கவிதையில். அதே தொகுப்பின் முன்னுரையில் வெளியாகும் பெண் உடல் பற்றிக் கூறுகிறார் மீண்டும்:

பெண்களுக்கு என தனியாக நிலம் இல்லை.
பெண்களுக்கு என தனியாக மொழி இல்லை.
பெண்களுக்கு என தனியாக உடல் இல்லை.
பெண்களுக்கு என தனியாக மனம் இல்லை.
என்றாலும் நான் அறிவேன் என்னுடைய நிலம் எதுவென.

உடல் முழுவதும் பூக்கிறவள் பெண் என்பதையும் காய்த்துக் கனிந்து ஒன்றாய் நூறாய்ப் பலவாய்ப் பலுகிப் பெருகுகிறவள் என்பதையும் நான் அறிவேன்' என்று கூறிவிட்டு கானகமும், விலங்குகளும், நீரோடைகளும் சேற்று வயலின் ஈரமும் உள்ளதாய்ப் பெண் உடலை விளக்குகிறார். முதிர் தானியங்களிலான

ஆதிகாளியாய் இருப்பவள் பெண் என்றும் அனைத்துப் பெண்களும் தானியக் காளிகள் என்றும் கூறி பெண் உடலை முற்றிலும் வெளியுடன் ஒன்றாக்கி அதே வெளியில் பறக்கவிடுகிறார்.

1997ல் 'தீயுறைத்தூக்கம்' என்ற கவிதைத் தொகுப்பைக் கொண்டு வந்த பெருந்தேவி அதன்பின் 'இக்கடல் இச்சுவை' தொகுப்பை 2006லும் 'உலோகருசி' தொகுப்பை 2010லும் கொண்டுவந்துள்ளார். பெருந்தேவியின் கவிதைகள் நேரிடையாக எந்தவிதப் பெண்கள் பிரச்சினைகளையோ பெண்கள் வாழ்வையோ குறித்துப் பேசுபவை அல்ல. பல அடுக்குகளாக இருப்பவை அவர் கவிதைகள். பல நிலை களிலிருந்து, பல கோணங்களிலிருந்து, கண்களைக் குறுக்கியும், விரித்தும், பாதி மூடியும், கடைக்கண்ணாலும் வாழ்க்கையைப் பார்ப்பது போல் அமைந்த கவிதைகள். படிக்கும்போது வாழ்க்கையின் பல இழைகள் பிரிவதுபோல் உணரவைக்கும் கவிதைகள். அந்த உணர்வு வந்த உடனேயே அவை இழைகளா சிலந்திக்கூடுகளா என்ற ஐயத்தை மனத்தில் ஓடவைப்பவை. ஒரு வேளை அவை இன்னும் பறக்காத பட்டங்களை முனையில் கட்டிக்கொண்ட, கண்ணாடித் துகள்களைப் பொடித்து செய்த மாஞ்சா பூசிய, கழுத்தில் பட்டால் கழுத்தை அறுத்துவிடும் நூல்களோ என்று எண்ணவைப்பவை. அந்த வகையில் இக்கவிதைகள் மொழியை முற்றிலும் மாற்றும் கவிதைகள் எனலாம்.

பெண்ணை இதுதான் பெண்ணின் சாரம் என்ற ரீதியில் நோக்காமல் கணினிசார்ந்த உலகின் ஓர் அங்கமாய், அதனால் பல தளங்களில் இயங்கும்/ இயக்கும் நபராய்ப் படைப்பதால் சில கவிதைகளில் அதிர்ச்சி அளிக்கும் வகைகளில் அவள் உடல் நம்மைத் தாக்குகிறது. வீட்டுக்கு வரும் கணவனுக்குச் சமைத்துப் படைப்பவள் அவனுக்கு ஆப்பிள் தருகிறேன் என்று தன் முலையை அறுத்துக்கொள்வது, இதிகாசப் பெண்கள் பலர் காதல் பெருக்கில் முலை அறுத்துக்கொள்ளும் பிம்பத்தைத் திடீரென்று உருவாக்குகிறது. இந்த மொழித் தாக்குதல்தான் பிம்பங்களை முறிப்பதில் பெருந்தேவி அடையும்வெற்றி என்று தோன்றுகிறது. உறைந்தவை போல் தோற்றமளித்தாலும் அத்தனை கவிதைகளையும் அசைய வைக்கும் மெல்லிய பொம்மலாட்டக் கயிறுகளைத் தன் கையில்தான் வைத்துக்கொண்டிருக்கிறார் பெருந்தேவி. உறவு களின் திட்டவட்டமற்ற தன்மை, கணினிகளின் ஈர்க்கும், வாழ்க்கையைச் செலுத்தும் மாயத் தன்மைகள் இவற்றினுள் சொருகி வைக்க வேண்டிய பெண்-ஆண் உறவுகள், அதில்

பெண்ணின் எதிர்பார்ப்பு, உறவை நாடும் சமயத்திலேயே அதைத் துறக்க விரும்பும் மனநிலைகள், காலம்காலமாக பிரக்ஞையில் ஊறிக் கிடக்கும் இச்சைகள் வெளிப்பட்டு பின் அமுங்கிவிடும் கணங்கள், நிஜமும் நிழலும் கலந்து போகும் குழப்பமான சிக்குண்ட காலத் துளிகள் எனக் கவிதை மொழியின் மிகப் பெரிய வெளியொன்றைத் திறக்கிறார் பெருந்தேவி.

மாற்றத்துக்கு உட்பட்ட பெண் உடலைப் போலவே மொழியும் ஒரு குறிப்பிட்ட கட்டுக்குள் இருக்காமல் மாறி வருகிறது, தன் பொருளைப் புதுப்பித்தபடி என்பதை 'உலோக ருசி' தொகுப்பின் 'நேரும்' கவிதையில் கூறுகிறார்.

நேசம் மறக்கவில்லை நெஞ்சம்
நினைவு முகம் மறக்கலாமோ
நேசம் நெஞ்சம் நினைவு முகம்
மோசம் வஞ்சம் பணிவு வேகம்
வேகம் மோகம் வேகம் வேகம்
ஒன்று இரண்டு மூன்று முன்னூறு
ஆயிரம் அறுபதாயிரம் லட்சம் கோடி
ரெண்டடுக்கு மூணடுக்கு நாலடுக்கு
சொற்பானைகளின் அர்த்தத்தை
காலப்பூனை கவிழ்த்துக் கொட்டிவிட்டது

அதே தொகுப்பின் 'என் புனல்' கவிதையில், 'என் புனல் வலிது/ கொப்பும் நுரையும் நிறைந்தது/பழைய வெள்ளத்தின் பயணம் தெரிந்தது என்று தொடங்கும்போதே இந்தப் புனல் சரித்திரத்தைத் துறக்காத புனல் என்பது திட்டவட்டமாகச் சொல்லியாகிவிடுகிறது. அதனால் தொடர்ந்து ஓடுவது அதன் தன்மை. போகும் வழியில் பல இலக்குகளைச் சென்றடைவதும் அதன் தன்மை. 'பேராண்மையின் சில கூரைகள்' இப்புனலின் பெருக்கைக் கண்டு நிலைகுலைவது அது அறியும் ஒன்று. ஆனால் அது அதன் ஓட்டத்தின் வேகத்தில் நேரும் ஒன்றுதான் என்பதை இரு வரிகளில் கூறுகிறார் பெருந்தேவி:

ஆணைப் புரட்டிப் பெண்ணோடு இணைத்தல்
போகும் போக்கில் அதன் ஒரு இலக்கு

இவ்வாறு சரித்திரம் மறக்காத பெண்தான் தினமும் காலம் கடந்து வரும் ஆணுக்காக முலை அறுப்பவள். அந்த முலை அறுக்கும் செயல் பல காலமாக நடக்கும் ஒரு செயலின் நீட்சியாக, அன்றாட வாழ்க்கையின் ஒரு செயலாக இயல்பாக நடைபெறுகிறது:

...வருகிறான்
வந்துவிட்டான்
உணவுக்குப் பின் உண்ண
நறுக்க மறந்துவிட்டேன் ஆப்பிளை
அவனுக்கு ரொம்பப் பிடிக்கும்
இதோ
சிறுகத்திதான் என்றாலும் கூர்மை
அறுக்கிறேன்
என் ஒரு முலை துடிக்க இன்னொன்று
அதற்கு சாட்சியாகிறது
ஏன் என்று கத்துகிறான்
கிறுக்கா என்று கதறுகிறான்
முலைகளுக்குக் கேட்கிறது ஆனால்
அவைகளுக்குக் கேள்விகள் பிடிக்காது
குளியலறையில் முனையற்ற
முலையைக் கழுவுகிறேன்
பாத்திரங்களைக் கழுவப்போட வேண்டும்...

லீனா மணிமேகலை பன்முகம் கொண்ட எழுத்தாளர். இவர், கவிதை எழுதுதல், திரைப்பட இயக்கம், நடிப்பு, புத்தகப் பதிப்பு, தொலைக்காட்சி நிகழ்ச்சி தயாரிப்பு போன்ற பல செயல்களில் ஈடுபட்டிருப்பவர். 2003ல் 'ஒற்றையிலையென' என்ற கவிதைத் தொகுப்பு வெளியாகி இதுவரை மூன்று பதிப்புகள் கண்டுள்ளது. 2008ல் 'உலகின் அழகிய முதல் பெண்' கவிதைத் தொகுப்பு வெளி வந்துள்ளது. 'ஏற்கெனவே உள்ள அர்த்தங்களை மறுதலிப்பதும், புலன் கடந்த அணுகுமுறைக்கு மாற்றுவதுமான கலகமாக' தன் கவிதை அமைவதாக இக்கவிதைத் தொகுப்பின் முன்னுரையில் கூறுகிறார். மேலும், 'இருபால் பாலியல் பண்புடையவளாக என்னை அறிந்து கொண்டபோது, என் எழுத்திலும் பெண் எழுத்து என்ற ஒற்றை வாதத்தை நான் கடக்க விழைகிறேன். பிரதிக்குப் பாலினம் கிடையாது என்ற புள்ளியில் இருந்தே செயல்பட விரும்பு கிறேன். பெண்ணாக நிகழ்த்திக் காட்டப்பட்ட எழுத்தாகவே என் கவிதையை இந்தத் தொகுப்பின் மூலம் முன்வைக்கிறேன்' என்று விளக்குகிறார் முன்னுரையில். இதுவரை சரித்திரத்தாலும் பண்பாட்டினாலும் வரையறுக்கப்பட்ட, விளக்கப்பட்ட, உருவாக்கப்பட்ட பெண் உடலை இவை எல்லாவற்றிலிருந்தும் வெட்டி எடுத்து விளக்கங்களும் குறுகல்களும் இல்லாத ஆதி ரூபம் ஒன்றுக்கு எடுத்துச் சென்று அதன் இச்சைப் பீரிடல்களையும், தாபங்களையும், உற்சாகத் துள்ளல்களையும் அது உருவாக்கும்

மொழியையும் கூறும் கவிதைகள் லீனாவுடையது. ‘வேட்டை மறந்தவன்’ கவிதையில் லீனாவின் நிலைப்பாட்டுக்கான வரிகளைக் காண முடியும்:

அவள்
தன் கரைகாணா யோனிக்காட்டில்
ஆதியில் உறைந்த பாறைகளை நகர்த்தி
குகைகளை அமைத்தாள்
தன் வேட்டையும் அதில் ஒன்றில்
ஒளிய வைத்தாள்...

உடலும் மொழியும் இணைவதை ‘கசியும் சொல்’ கவிதையில் கூறுகிறார்:

எனது தோட்டத்தை
மதுவாக்கிக் குடித்தேன்

உடல்
வயலை விதைகளை
தாவரங்களை மலர்களை
புழுக்களை மிருகங்களை
வேண்டி நின்றது....

என் கூட்டை
பூச்சிகள் ரீங்கரிக்கும்
புதருக்கு மாற்றுகிறேன்
பாடல் பெற்று வெளியேறிய
என் பறவைகளின் அலகுகளில்
தொற்றியிருந்தது
ஒரு புதிய சொல்

இயற்கையுடன் கலக்கும் உடலை ‘வண்ணச் சிறு கூகை’ கவிதையில் காட்டுகிறார்:

ஒற்றைப் பனையின்
கனவில்
ஒரு வனம்

சுழிந்த ஆற்றின் சுனையொடு
கலவினேன்
கரும்பாசிப் பாறையைப்
பெற்றேன்

களைத்திருந்த தருணத்தில்
காட்டுப் பூக்களைப்
புணர்ந்தேன்
கூர்அலகு வண்டுகளை
ஈன்றேன்

கலகம் செய்திருந்த
மூங்கில் குருத்துகளை
முயங்கினேன்
மதம்பிடித்த யானைகளை
கருவுற்றேன்

கிறக்கிய வாசனைக்காக
குகைகளில் கரைந்தேன்
வண்ணச்சிறு கூகையை
சூலுற்றேன்

அம்மணமும் ஆசையுமாய்
ஆலிங்கனத்துக்கு
யோனி விரித்திருக்கின்றன
கனவுகள்
கனவுதோறும்
வனங்கள் பெருகின

கவிதைத் தொகுப்பின் முடிவில் உள்ள 'நூற்றாண்டு விம்மல்' உரைநடைக் கவிதையில் ரத்தம் வியாபித்திருக்கும் வாழ்க்கை பற்றிக் கூறுகிறார். வன்முறையும், நோயும், உணவும், அன்றாட வாழ்க்கையும் உருவாக்கும் பலவகை ரத்தப் பெருக்கு பற்றிக் கூறிவிட்டு வன்முறை இல்லாத மாதவிடாய் ரத்தம் பற்றியும் கருவறையின் தூய ரத்தம் பற்றியும் கூறுகிறார். 'நூற்றாண்டு விம்மல், புராதன ஊற்று, நிராயுதபாணி, மௌன நீர்வீழ்ச்சி, ஒவ்வொரு பிறப்பும் அருந்தும் ரகசிய ரத்தம், ரத்தத்தின் மூலம் தூமை. ரத்தத்தின் அந்தம் தூமை' என்று முடிக்கிறார்.

2011ல் முபீன் சாதிகாவின் 'அன்பின் ஆற்றாமொழி' கவிதைத் தொகுப்பு வெளிவந்தது. ஆங்கில நாவல்கள், கோட்பாடு சார்ந்த நூல்களைப் படிப்பதிலும் சங்க இலக்கியம் மற்றும் பழந்தமிழ் நூல்களைப் படிப்பதிலும் அதிக ஆர்வமும் ஈடுபாடும் உண்டு என்று கூறும் முபீன் சாதிகாவின் கவிதைகள், பால், மொழி, இவற்றை முற்றிலும் வேறுவகையாகப் பார்ப்பவை. புரிதல் என்ற

வரையறைக்குள் கவிதையை வைக்காமல் தன்போக்கில் அசாதாரணமாகப் பயணப்படும் கவிதைகள். பெண் என்பதே உருவாக்கப்படும் ஒன்று என்பதால் பெண் என்ற பால்பிரிவை ஏற்பதில்லை முபீன். அதேபோல் மொழியின் அர்த்தங்களையும், ஓட்டங்களையும், தொனியையும் முற்றிலும் உடைத்துப் போட்டுச் சிதற வைக்கும் கவிதைகள் முபீனுடையவை. வாசிப்பவர் தனக்கேற்ப பொருள் கொள்ளக்கூடிய கவிதைகள். தமிழில் மிகவும் தேர்ச்சி உடைய ஒருவரால்தான் கவிதைகளையும் அவற்றிலுள்ள மொழிக் குறும்புகளையும் முற்றிலும் உள்வாங்கமுடியும். திருப்புகழ் போன்ற பாடல்களில் உள்ள தாள கதிகளையும், சொல் விளையாட்டுகளையும் தனக்குள் அடக்கிய கவிதைகள் முபீனுடையவை. கவிதைகளின் உள் அர்த்தங்களையோ, கவிதை என்ன சொல்ல வருகிறது என்பதையோ 'புரிந்துகொள்ள' முயலாமல் கவிதைகளின் போக்கில் இழுபட்டபடி போவதுதான் முபீனுடைய கவிதைகளைப் படிப்பதை ஒரு நல்ல அனுபவமாக்கும்.

மொழியில் விளையாட மொழி கைவந்திருக்க வெண்டும். அது முபீனுக்கு இருப்பதால் சிலசமயம் முபீன் விளையாடியபடி வேகமாக முன்னே செல்ல வாசகர் பின்தங்கிவிடும் வாய்ப்புகள் உண்டு கவிதைகளில். பாம்பு, பூனை, புள், வனம், வானம், அகிலம், வெளி, நெருப்பு, நீர், உடல், உயிர் என்று பலவற்றையும் ஓரே சமயத்தில் தொடுகின்றன கவிதைகள். புதிர் விளையாட்டுபோல் கவிதை, முக்கோண வடிவிலும், கோப்பை வடிவிலும் சொற்கள் வரையப்படும் கவிதை, ஒரே சொல்லை விரித்துப் போடும் கவிதை என்று பலவகைக் கவிதைகள் இத்தொகுப்பில்.

வலி
வலியது
வலியதும்
வலியதுமி
வலியதுமின்
வலியதுமின்னே
வலியதுமின்னேல்...

என்று விரிவது 'வலி' கவிதை என்றால் அகத்தைப் பற்றி ஒற்றைச் சொல் வரிகளாய் 'எது?' கவிதை:

எழும்
வீழும்

தாழும்
தவழும்
நீளும்
ஊறும்
கூடும்
குறையும்
விரையும்
நிறையும்
மறையும்
உறையும்
உய்யும்
துய்யும்
தொய்யும்
தோயும்
மாயும்
அலையும்
குலையும்
அகம்
எனும்
ஆட்கொல்லி

முபீன் சாதிகாவைப்போல் அல்லாமல் வேறு வகைகளில் கீதா சுகுமாரன் இதுவரை கவிதைகள் புகாத வாயில்களினுள் அனாயாச மாக நுழைகிறார், 'ஒற்றைப் பகடையில் எஞ்சும் நம்பிக்கை' (2014) தொகுப்பில். முற்றிலும் மாறுபட்ட பிம்பங்களுடன், திடீரென வெடித்து எதிர்பாராமல் வந்து மேலே விழும் கவிதைச் சொற்களையும் அவற்றில் புதைந்த மௌனத்தையும் கொண்டவை அவர் கவிதைகள். பாதி கிழிந்த சிவப்புச் சீலையுடன் நிற்கும் தமயந்தி, பேயுருக்கொண்ட காரைக்கால் அம்மையார், சீதையிடம் உரையாடும் நல்லதங்காள், ஆறு மாதங்கள் உறங்கும் கும்பகர்ணனை மணந்து உறங்கியே வாழ்க்கையைக் கழித்த அவனுக்குக் காப்பியத்தில் இடம் கிடைக்கும்; 'ஆனால் நான் யார்?' என்று கேட்கும் அவன் மனைவி, தோற்றால் நீ பெண்ணாகி பசலை பாய்ந்த நுதலுடன் கைவளை கழன்றுவிழ எனக்காகக் காத்திருக்க வேண்டும் என்று நாடனிடம் பந்தயம் வைக்கும் ஆதிமந்தி, பதினான்கு ஆண்டுகள் வனவாசம் முடிந்து வந்தபின் காத்திருக்கும் ஊர்மிளையைத் தவிர்த்து, விட்ட தூக்கத்தைப் பிடிக்கப் போகும், லக்ஷ்மணன் இல்லாத பட்டாபிஷேக ஓவியம் வரைந்து அதன்

பின்னணியில் சலனமற்று ஓடும் சரயு ஆற்றை வரையும் ஊர்மிளை, அவள் ஓவியத்தில் நிரம்பும் வண்ணங்கள் எனப் பல்வேறு பெண்கள் உலவும் கவிதைகள் கீதாவினுடையது. முற்றும் எதிர் பாராத தருணத்தில், அஸ்பரகஸ் கூட்டு செய்யும், பனியைத் தழுவி தேகம் எரியும், சரிகளுக்கும் பிழைகளுக்கும் இடையே நீளும் சாம்பல் வெளியில் நம்பிக்கைகளைப் பற்றியபடி இருக்கும், வளியாகி, முகிலாகி, செம்பெயலாகி அண்டங்களைக் கடக்கும், எஸ்ரா பவண்டையும் ஸில்வியா ப்ளாத்தையும் படிக்கும், சுருண்டு நீளும் தொலைப்பேசிக் கம்பிகளில் ஒட்டிக்கிடக்கும் பெருஞ் சீற்றங்களை உணரும், காதல் கத்தியாய்த் தன் உடலில் இறங்குவதைச் சொல்லும், கனவிலி, முகமிலி, பெயரிலிப் பெண்களின் அக வெளிகளும் நமக்குப் புலனாகின்றன. பெண் மொழி என்பது சொற்களே அற்றது, அது எங்கும் எல்லாமுமாகி நிறைந்திருப்பதோடு, அது ஒலித்துக்கொண்டே இருக்கும் ஓசை எனக் கூறும் கவிதை, பெண் கவிதை மொழி பற்றிய புரிதலையே மாற்றி, அதை விரியும் பல திசைகளில் இட்டுச் செல்கிறது. அந்த வகையில் 'பெண் மொழி' கவிதை இந்த நூலுக்கு நல்ல முத்தாய்ப்பாக அமைகிறது:

மொழியைப் பதியவென்று
மலைசூழ் இடமோ
கடல்புறமோ
ஒரு துளி வாட்காவோ
சிலிர்க்குமிசையோ
அல்லது
குறைந்தபட்சம் ஒரு
மேசை நாற்காலியோ
எதுவுமில்லையென்றாலும்
தெருவோரத்தில் அழும் பிள்ளையில்
விசிறி எறியப்பட்ட கிழங்கின் சதையில்
கழிப்பறை சுத்தம் செய்யும்
அமிலத்தில்
அகாலத்தில்
எங்கும் எதொனொடும்
எதனையும் தகர்த்தெழும்
சேறு பூசி உதிரம் நிறைத்து
கொதிக்கும் உலை
உலோகமும் வேரும் கல்லும் தோலும்

மணத்து
எல்லா நாவுகளையும்
விழுங்கிப் பிளிரும்
ஆதிகுகை முன்னோளின்
ஓசை
காதுகள் கூடத் தேவையிரா.

•••

## ஆதார நூல்களும் துணை நூல்களும்


- சி. எஸ். லக்ஷ்மி, *The Face Behind the Mask: Women in Tamil Literature*, Shakti Books, New Delhi, 1984
- ரகுநாதன், *இளங்கோவடிகள் யார்?*, மீனாட்சி புத்தக நிலையம், மதுரை, *1984*
- பிரேமா அருணாசலம், பத்தினித் தெய்வங்களும் பரத்தையர் வீதிகளும்: தொல்காப்பியர் முதல் சித்தர் வரை பெண்களின் சித்தரிப்பு, சவுத் ஏசியன் புக்ஸ், சென்னை, *1993*
- Lakshmi Holmstrom, *Wild Girls Wicked Words*, Sangam House, Bangalore and Kalachuvadu Publications, Nagercoil, 2012

மற்றும் இக்கட்டுரையில் குறிப்பிடப்பட்டிருக்கும் அனைத்து எழுத்தாளர்களின் நூல்களும், சி.எஸ்.லக்ஷ்மி மற்றும் பலரின் பத்திரிகை, இதழ்கள் மற்றும் வலைப்பதிவுக் கட்டுரைகளும், புத்தகங்களுக்கு எழுதிய முன்னுரைகளும்.

www.ingramcontent.com/pod-product-compliance
Lightning Source LLC
LaVergne TN
LVHW100343051026
849518LV00003B/879
* 9 7 8 8 1 8 4 9 3 9 0 1 9 *